Chỉ là kỷ niệm

Bùi Ngọc Khôi

Copyright © 2016 Khoi Bui, Chi la ky niem, Create Space

*... có những kỷ niệm được chôn sâu
trong ký ức nhưng chỉ cần một biến cố
dù nhỏ nhoi đến đâu xảy đến cũng có
thể khơi dậy, làm bật máu lại vết
thương tưởng đã lành dưới lớp băng
thời gian ...*

1

Xe vào xa lộ. Tâm lên ga cho xe nhập vào dòng lưu thông xong nói với cho Trung, em trai, ngồi ghế sau đang tư lự nhìn cảnh vật bên ngoài.

- Hôm nay chị Liên sẽ có quà đặc biệt cho em.

Trung thờ ơ hỏi, không có gì là hào hứng.

- Sao lại quà cho em? Em tưởng hôm nay là sinh nhật của chị ấy mà.

Tâm cười bí mật.

- Thì cứ lại đó rồi biết.

Quang, hôn phu của Tâm, ngồi ghế trên nói úp mở, anh thấy món quà đặc biệt này rồi, trông hấp dẫn lắm, liền bị Tâm lườm cho một cái thật dài.

- Có lẽ chị nên cho em biết trước để diện lên một tí và ... cắt cái mái tóc nghệ sĩ cho gọn ghẽ. Trông gì mà ...

Nghe chị nói thế, Trung phong phanh đoán là gì nhưng lúc này trong đầu có chuyện bận tâm nên không để tai nghe.

Liên và chị Tâm là hai bạn thân lâu đời từ thuở Sài Gòn, qua Mỹ ở gần nhau nên thường qua lại. Cô bạn xem Trung cũng như em mình và hay cho quà em trai đỡ đầu vì vậy Trung chẳng lấy gì làm lạ khi nghe chị nói vậy. Khi xưa còn ở quê nhà, Trung và cô em gái của Liên để ý đến nhau nhưng vì đó là mối tình học trò mới lớn nên chỉ có vài cuộc hẹn hò rồi thôi. Khi sang đây cô bé theo cha mẹ về miền Đông trong khi đó thì người chị lấy chồng và theo chồng về miền Tây. Xa mặt cách lòng, hai người hai bên bờ đại dương, rồi cuộc sống bận bịu đi làm đi học làm mọi người quên lãng nhau đi.

Đam mê nghệ thuật từ nhỏ, Trung vào theo ngành hội họa và thường theo dõi những diễn tiến trong lãnh vực nghệ thuật, hay tham dự các buổi triển lãm tranh và điêu khắc, các buổi hòa tấu và các buổi lễ ra mắt sách mới. Trong những dịp này Trung đã gặp nhiều cô và đã có hẹn hò nhưng vì tính phóng đãng nên những cuộc tình ngắn ngủi ấy chẳng đi đến đâu. Đối với người họa sĩ trẻ, những hẹn hò đó chỉ là những cuộc vui qua đường và đam mê duy nhất vẫn là nghệ thuật. Chị Tâm lắm lúc phàn nàn, "Em chỉ lo vẽ với họa, hơn ba mươi tuổi mà không lo chuyện gia đình, bộ định đóng vai tên họa sĩ gàn chết già trong cô đơn à" nhưng em trai chỉ cười khì bảo "còn quá sớm".

Vừa đến nhà bạn, Tâm bỏ rơi em ngay vì gặp mấy cô bạn bu lại nói chuyện. Phần Quang cũng lỉnh đi mất với chồng Liên qua phòng *game* cạnh garage để được khoe bộ *golf clubs* mới. Một hai cô bạn của Tâm chào Trung rồi quay lại cười khúc khích với nhau nói thì thầm điều gì. Tuy biết một hai người bạn của chị để ý đến mình nhưng Trung chỉ chào lại một cách lịch sự xong lẳng lặng rút lui ra ngoài vườn sau ngồi một mình vì thấy phần đông khách khứa là người mình không quen, hoàn toàn quên khuấy chuyện món quà đặc biệt mà chị nói Liên để dành cho mình.

Đầu óc Trung còn tư lự về hình ảnh những gì xảy ra ban chiều trong phòng vẽ như một bình phong cô lập ra khỏi những huyên náo trong nhà.

... Đặt cây cọ vẽ xuống xong quẹt tay lên áo khoác, Trung bảo cô người mẫu.

- Hôm nay vậy đủ rồi. Mình nghỉ đi. Anh sẽ gọi cho biết khi nào vẽ tiếp.

Mai uể oải đứng lên từ cái ghế gỗ kê sát tường ngồi làm mẫu cả giờ đồng hồ qua cho Trung vẽ một bức tranh khỏa thân, nhặt chiếc áo khoác dưới đất quàng sơ lên người xong trở lại ngồi xuống ghế trông có vẻ lưỡng lự không muốn đi.

- Sao vậy, chưa muốn về?

Mai lắc đầu, suy nghĩ một lúc xong hỏi.

- Nếu anh rảnh mình đi ăn cơm tối chung được không?

Trung từ chối, viện cớ đã hứa đi với chị lại nhà bạn chị ăn sinh nhật nhưng lý do sâu xa cho sự từ chối này là đã quyết định không còn muốn gặp Mai nữa vì đang muốn chôn vùi những cảm tình riêng tư của mình dành cho cô người mẫu. Không phải là Trung chưa bao giờ đi chơi với Mai dù nàng đã có chồng nhưng dạo này nhận thấy những xúc cảm trong mối tình câm nín của mình đã đi quá xa, có thể ảnh hưởng đến việc làm. Và đó cũng là lý do Trung định sẽ không gặp Mai nữa sau khi hoàn tất bức tranh đang vẽ.

Bị khước từ, Mai không tỏ ra hờn mà chỉ buồn ra mặt. Nhìn Mai tiu nghỉu đi ra cửa, Trung thấy tim mình thắt lại phần vì tội nghiệp phần biết rằng chẳng bao lâu hai người sẽ không còn gặp nhau. Khi bức tranh khỏa thân đó xong là lúc Trung sẽ nói chia tay.

Tiếng chân người lạo sạo trên lối đi lát sỏi cắt đứt giòng tư tưởng, Trung nhìn lên thấy hai bà chị và một người con gái đang đi lại.

"Chắc đó là quà chị Liên tặng mình".

Tới gần Liên ấy cô gái đến trước rồi lên tiếng.

- Tại sao lại trốn ra đây một mình vậy? Này, để chị giới thiệu cho em, đây là Duyên, bạn của con em chị. Còn đây là Trung, em chị Tâm, tụi chị làm xong nhiệm vụ rồi, phần còn lại là tùy hai người.

Nói xong, Liên và Tâm nhìn nhau nháy mắt rồi khoác tay nhau đi vào nhà, tiếng cười hai người còn vẳng lại.

Tự nhiên thấy chỉ còn một mình với người con gái lạ ngoài sân, Trung chợt thấy mình bối rối không biết nói gì. Cũng lạ! Giao thiệp rộng, đã từng cặp với nhiều cô trước kia nhưng sao lần này Trung lại không biết mở miệng nói gì chắc cũng một phần vì hình ảnh Mai còn lảng vảng trong đầu.

Sau một ít bối rối, Trung mở miệng nói để mình vào trong nhà lấy gì để uống rồi đi vào nhà, một lúc sau trở ra với hai ly rượu đưa một ly cho Duyên xong ngồi xuống và kín đáo đưa mắt quan sát người con gái. Cô nàng trông rất xinh với mái tóc đen mướt để dài quá vai.

Điều đáng chú ý nhất là người con gái có cặp mắt và đôi môi rất giống Mai. Chợt Duyên quay lại bắt gặp cái nhìn chăm chăm, đâm e thẹn đưa ly rượu lên che mặt, lên tiếng.

- Khiếp, làm gì anh nhìn kỹ vậy, chắc Duyên giống cô nào anh quen trước kia?

Mắc cở vì bị bắt gặp nhìn trộm, Trung nói lấp liếm.

- Xin lỗi, chỉ vì Duyên có nét hao hao giống một cô người mẫu tôi vẽ.

Nghe đến đây Duyên la lên như khám phá gì mới.

- Đúng rồi, chị Liên nói anh là họa sĩ mà là họa sĩ giỏi. Lúc nãy trong nhà Duyên thấy tấm tranh anh vẽ treo trên tường. Đẹp lắm, cho Duyên một tấm đi. À, mà lúc nãy anh nói về cái cô người mẫu nào đó vậy anh kể cho nghe về cô đó đi ... Thôi, xin lỗi nha, mình có tính tò mò vô duyên.

- Không sao. Cô người mẫu này Việt lai Mỹ, đẹp lắm (Trung nháy mắt cười) nhưng không bằng Duyên ... nếu hôm nào Duyên cho phép vẽ thì biết đâu lại đẹp hơn tranh cô kia.

Duyên bật cười.

- Anh nói đùa chắc. Người xấu xí thế này, lúc anh vẽ xong thì người ta tưởng anh vẽ dạ quỷ xoa mà cái cô người mẫu Việt lai Mỹ của anh đâu, hay là hết tiền thuê người ta rồi định bắt Duyên làm miễn phí?

Thấy Duyên nói đùa rất có duyên và tự nhiên, Trung cảm thấy mình cũng tự nhiên theo, bạo dạn hơn và nói năng hoạt bát hơn.

Suốt buổi party, Trung chỉ nói chuyện với Duyên và

Duyên cũng không nói với ai khác. Hai người dường như luôn có đề tài để đem ra nói hăng say đến độ tiệc tàn mà vẫn còn ngồi sau vườn để Liên và Tâm phải ra hối đi.

Tối hôm đó trên đường về, Trung cảm thấy hân hoan trong lòng, không hiểu tại sao mình lại có thể rung động bởi người con gái mới gặp. Cũng lạ! Đây đâu phải là lần đầu tiên gặp một người khác phái mà nhất là lại đã gặp vô số người đẹp hơn. Trung tính nhẩm lại xem ai mình đã gặp. Những cuộc tình được xem là tạm bợ thì không tính, nhưng còn Mai thì sao? Cô người mẫu này là cả một vấn đề. Mai rất đẹp, vì là con lai nên có sắc đẹp kết tinh của hai nét đẹp á đông và tây phương. Lắm lúc khi hai người đi xuống phố, Trung thấy nhiều người đàn ông bị thu hút bởi sắc đẹp của Mai.

- Nhiều ông phải ghen với anh lắm, Mai có lần tự nhiên bông đùa nói thế.

Trung thì cho là Mai thiếu khiêm nhượng nhưng cũng cho đó là tính tự nhiên bởi vì nàng sinh trưởng ở Mỹ. Khi được thuê làm người mẫu, Mai đã có chồng. James, người chồng, làm chủ một tiệm bán đồ cổ. Hai người quen nhau đã lâu, ăn ở như vợ chồng nhưng không cưới hỏi. Mãi về sau do sự thúc giục của cha, Mai bắt người bạn trai phải hỏi cưới để hợp thức hóa chuyện ăn ở chung.

Với một thân hình tuyệt mỹ, Mai ngồi làm mẫu nhiều kiểu khác nhau, lúc thì họa chân dung, khi thì khỏa thân. Nhiều lúc Trung tự vấn lòng có phải mình đã yêu Mai và muốn thú thật với nàng nhưng gạt phắt ý tưởng đó đi vì nhận ra rằng Mai là hoa đã có chủ và cũng e rằng nếu biết được tình cảm của mình, nàng sẽ ngại và sẽ không làm mẫu nữa nhưng rốt cuộc bây giờ chuyện chia tay là gì không tránh được.

Trung đi đến quyết định này sau nhiều dần vặt.

BnKhôi

2

Chủ nhật sau, Trung đến đón Duyên đi ăn cơm tối.

Căn nhà nhỏ Duyên thuê ở một mình nằm trong một khu thật yên tịnh nơi vùng ngoại ô không xa thành phố bao nhiêu. Đây nhà cửa thưa thớt nhưng um tùm cây cối. Khi vào đến trong con đường hẻm, Trung cảm thấy như lạc vào Thiên Thai, cười thầm nghĩ.

"Có lẽ vì sắp được gặp lại người đẹp".

Trong nhà thật xinh gọn, mọi thứ trưng bày một cách rất mỹ thuật và cân đối. Trung lên tiếng khen.

- Nhà xinh ghê, chủ nhà khéo tay lắm.

Duyên đang đeo bông tai trong phòng trong bước ra đáp.

- Cám ơn anh, được họa sĩ khen nhà đẹp thì thật là một niềm hãnh diện.

- Nhà đẹp nhưng lạnh vì không đủ người ở, Trung nói xong nháy mắt có ý.

Hiểu ý, Duyên đỏ mặt lên, đổi đề tài.

- Nếu anh muốn thì cứ tự nhiên đi xem nhà.

Bên ngoài phòng ăn là một thửa vườn khá lớn. Trung đẩy cánh cửa kính bước ra. Nằm cuối vườn là một con lạch nhỏ chạy uốn éo giữa những hàng cây trông thật thơ mộng. Ngay cả vườn sau cũng được sắp xếp đẹp với nhiều bụi hoa đủ màu trông mát mắt. Chắc Duyên bỏ ra rất nhiều thời giờ vào việc chăm sóc vườn tược. Giữa vườn là một cây loại cao to có rất nhiều bóng mát, dưới gốc cây là một bộ bàn ghế gỗ nhỏ. Lại gần Trung thấy trên bàn có một quyển sách mở đôi lật úp, cầm lên xem bìa *"Chợt Đến"*, một tiểu thuyết tình cảm của một nữ tác giả khá mới trong làng văn. Tuy chưa đọc truyện này nhưng Trung đã nghe nhiều người kháo nhau về tác giả cũng như tác phẩm đầu tay của bà ta. Chính chị Tâm đã đọc truyện này rồi và kể sơ qua.

- Anh thích truyện đó không?

Trung quay lại thấy Duyên sau lưng tay cầm một xâu chuỗi hạt trai. Duyên búi tóc cao trông thật xinh, cách ăn mặc rất giản dị, chỉ chiếc váy đen ngắn trên đầu gối. Đưa Trung xâu chuỗi nhờ cài phía sau cổ, Duyên quay lưng lại vén tóc lên để lộ một cái gáy trắng nõn nà.

Trung mê mẩn nhìn, rất muốn hôn lên.

- Duyên có cái gáy đẹp quá.

- Anh khéo nịnh. Từ trước đến nay anh là người duy nhất khen đấy.

- Tại mấy người kia mù cả. Nói thật đấy, không đùa đâu. Một ngày nào đó Duyên phải ngồi làm mẫu cho tôi vẽ.

Hai người lên xe đi ra ngoài thành phố hướng về miền biển. Trung trong đầu đã dự định đưa Duyên đến nhà hàng Cá Heo nổi tiếng về thức ăn biển. Trung cũng quen cặp vợ chồng chủ nhà hàng và đã bán cho họ vài bức tranh treo trong phòng ăn.

Xe chạy trên quốc lộ số 1 dọc theo bờ biển về hướng Nam. Ít có dịp đi chơi vùng này dù đã nghe nói nhiều về cảnh thơ mộng của trời biển nơi đây, Duyên ngồi chăm chú chiêm ngưỡng biển xanh bao la bên kia những cồn cát trắng. Khi xe đi ngang Pescadero, Trung chỉ ngọn hải đăng sơn trắng cao vòi vọi cho thấy dưới chân ngọn hải đăng là một dãy *hostel* dành cho du khách.

- Nhà hải đăng Bồ Câu, Trung giải thích.

Duyên khen khung cảnh thật trữ tình và buột miệng nói sẽ có ngày Trung phải dẫn ra đây chơi trọn ngày.

"Trọn đêm nữa!" Trung nghĩ thầm trong đầu.

Ngọn hải đăng và Pescadero dần dà biến mất sau góc núi đá. Trong tiếng nhạc vĩ cầm não nề từ máy hát dĩã, Trung dán mắt lên con đường ngoằn ngoèo trước mặt trong khi Duyên tiếp tục đưa mắt chiêm ngưỡng vẻ đẹp của biển Thái Bình mênh mông.

Nhà hàng Cá Heo chiều Chủ Nhật hơi vắng. Trung đưa Duyên vào rồi giới thiệu với hai người bạn chủ nhà hàng. Họ đón tiếp hai người vồn vã ra mặt và đưa ra bàn trên sân thượng. Tên chủ nhìn Duyên rồi kín đáo nháy mắt với Trung trong khi vợ hắn đãi bôi khen cái áo Duyên mặc. Sau một lúc nói chuyện, họ xin kiếu vào trong để tiếp khách.

- Anh lại đây thường chứ? Duyên hỏi có ý.

- Vài lần thôi ... nhưng đi một mình.

Duyên chọc khéo.

- Thật không? Đi chỗ này một mình thôi thì phí quá.

- Nhưng kể từ hôm nay sẽ không còn phí nữa vì sẽ không còn đi một mình.

- Bây giờ Duyên phải đi rửa tay, anh giữ chỗ giùm, đừng cho ai lấy nha, dù người đẹp nào đi nữa!

Trung nhìn theo dáng Duyên uyển chuyển đi qua những dãy bàn đến cầu thang xuống lầu dưới nhưng trong đầu óc vẫn còn nhớ lại những lần lại đây với Mai, khi đi với James khi không có, cũng trên sân thượng này và thường thì cũng bàn này. Dù chỉ làm việc với Mai, Trung cũng cảm thấy thân với người chồng Mỹ của cô người mẫu hai giòng máu nhưng trong lòng vừa ghen lẫn buồn khi phải chứng kiến cảnh hạnh phúc của họ.

Phòng ăn chính dưới lầu khá lớn, có khoảng hai chục bàn được trang trí rất nhã. Thấy bà chủ đứng sau quầy, Duyên lên tiếng khen phòng ăn đẹp.

- Đây là lần đầu tiên cô đến đây? Bà ta hỏi.

Duyên gật đầu. Bà chủ nhà hàng hỏi tiếp.

- Xin lỗi nếu tôi đường đột nhưng cũng là lần đầu tiên cô đến đây với ông Trung?

- Vâng.

- Nếu vậy thì chắc cô chưa thấy những bức tranh ông ta vẽ cho chúng tôi. Rất đẹp!

Rồi bà đưa tay chỉ những bức tranh treo trong phòng ăn. Duyên cám ơn bà ta xong đi lại ngắm tranh. Ngoài một bức vẽ ngoại cảnh và một bức tĩnh vật, Duyên thấy một bức tranh có người mẫu con gái. Trong một bức, người mẫu mặc một chiếc áo trắng dài hở lưng, mái tóc hung xõa dài xuống quá vai, nằm dài trên ghế trong một vườn hoa hồng, quay nửa người ra ngoài. Cô người mẫu có một thân hình tuyệt đẹp, eo thon, cặp chân dài. Ánh nắng chiếu vào khuôn mặt đều đặn làm nổi lên cặp mắt buồn, đôi môi hơi cong cớn hé mở như đang thì thầm. Có ý tìm tên người họa sĩ, Duyên thấy chữ ký của Trung dưới góc phải. Duyên đi lại một tấm tranh khác cũng họa người con gái ấy, nhìn kỹ thấy đề ngày chỉ mới đây. Duyên có linh cảm là người con gái tuyệt đẹp trong tranh đó là người Trung đã đề cập đến khi hai người mới quen nhau tại bữa party nhà chị Liên.

Khi trở lại bàn ăn trên sân thượng, Duyên thấy Trung đang ngồi trầm ngâm nhìn ra biển, trông như tách ra khỏi thế giới hiện tại để hồn đi đâu. Những tiếng động xung quanh, tiếng ly chén cụng nhau, tiếng người nói chuyện từ những bàn bên cạnh, dường như Trung không nghe thấy.

- Chắc anh đang mơ tưởng đến người đẹp trong tranh, đúng không? Duyên hỏi.

Trung quay lại, nhíu mày ngạc nhiên.

- Người nào trong tranh?

- Có phải cái cô trong tấm tranh treo trong kia chính là người anh kể lại cho Duyên cái đêm mình mới gặp nhau tại nhà chị Liên không? À, Duyên nhớ ra rồi, cô Việt lai Mỹ nào đó.

- Ồ, Mai, đúng thế. Vậy là Duyên thấy mấy bức tranh đó rồi à, đúng vậy, Mai đó.

Cái nhìn của Duyên đầy thắc mắc.

- Vậy anh chịu khó kể cho nghe về người đẹp của anh đi.

Trung không đoan chắc có sự tò mò thành thật trong những thắc mắc của Duyên nhưng vẫn kể hết những gì mình biết về Mai nhưng tuyệt nhiên dấu là mình đã phải lòng cô người mẫu. Nếu như người thiếu nữ lai này chưa có chồng, phỏng Trung đã ngồi đây với Duyên ngày hôm nay.

Trung kết luận.

- Thì vậy thôi, chả còn gì khác để kể cho Duyên nghe ... và cô đó không phải là người đẹp của tôi vì cô ta đã có chồng.

- Anh chỉ mới nói về đời cô Mai nhưng anh vẫn chưa ... chưa nói về ... về những gì mà anh nghĩ về cô đó, Duyên vặn.

- Nghĩ gì về cô đó? Chả có gì cả, cô ta là người mẫu, mình mướn họ đứng cho mình vẽ, vẽ xong mình trả tiền, họ đi về, có thế thôi.

Trung định hỏi ngược lại tại sao Duyên cứ thắc mắc mãi về Mai.

- Vả lại cô này không phải là người duy nhất mình mướn ngồi làm mẫu vẽ nhưng là người đứng làm mẫu nhiều nhất ... và cô này đã có chồng và thương chồng lắm.

-Cái đó không quan trọng, Duyên vặn, cái quan trọng là lòng mình ...

Trung vội ngắt lời.

- Lòng mình? Nghĩa là gì? Giữa tôi và cô ta không có gì hết.

Duyên nghiêm mặt.

- Xin lỗi anh, mình mới quen nhau, Duyên không có quyền ... hạch anh về chuyện riêng tư nhưng ... ơ ... nhưng giả dụ anh cảm Mai trong tuyệt vọng, cái loại yêu đó mới là khủng khiếp và mãnh liệt. Khi mình yêu trong tuyệt vọng, mối tình đó hoàn toàn chế ngự tâm hồn và tư tưởng mình bởi vì nó nằm ngoài tầm tay, lúc nào mình cũng bị ám ảnh bởi ý tưởng chiếm đoạt. Còn nếu nó đã nằm trong tầm tay thì mình ít bị chi phối vì biết là có thể nắm nó bất cứ khi nào mình muốn.

Trung thấy nàng nói trúng tim đen mình, lưỡng lự giải thích.

- Thẳng thắn mà nói, tôi có thích cô đó thật nhưng đâu phải mình muốn ai là được. Sau một thời gian rồi lòng mình cũng nguội đi. Tình cảm của tôi đối với Mai bây giờ chỉ còn là tình bạn thân, vậy thôi.

- Vậy tức là anh Trung thú nhận là phải lòng Mai, ít ra là trước kia. Tỉ dụ cô ta không có chồng thì sao?

Một câu không trả lời được, không biết nói sao cho ổn thỏa, Trung bối rối lơ đãng nhìn ra biển nhưng khi quay lại thì thấy Duyên vẫn còn nhìn mình chờ câu trả lời, đành ngập ngừng thú thật.

- Không biết được ... có thể là theo cô ta ...

Rồi cố vớt vát cái lý cớ yếu đuối của mình.

- ... nhưng chuyện đó bây giờ không còn là thực tế.

Nét tư lự trên mặt, Duyên đăm ít nói suốt bữa cơm tối. Đêm đó khi về đến nhà, nàng chỉ lịch sự gật đầu chào rồi xuống xe trong khi Trung hy vọng được mời vào nhà uống một tách trà hay ít ra được ban một nụ hôn *goodnight kiss.*

Thái độ lạnh đó khiến Trung tin với Duyên thế là xong, bữa cơm chiều đó là lần cuối hai người gặp nhau, và vì thế đâm ngạc nhiên vô cùng khi chính Duyên đến nhà tìm hơn một tuần sau đó.

Chiều thứ bảy đang ngồi đọc sách, nghe tiếng gõ cửa Trung đi ra mở cửa và vô cùng ngạc nhiên khi thấy Duyên cười vẻ bẽn lẽn trước cửa nhà.

- Ủa, bất ngờ quá, biết thế thì để tôi sửa soạn nhà cửa cho gọn ghẽ.

- Cho anh biết trước để anh báo động cho người ta chạy mất à.

- Cho ai chạy mất, được người đẹp đến thanh tra bất thần thế này thì nhất rồi, mời vào.

Duyên bước vào định nói "Cô người mẫu lai Mỹ đó" trong khi chủ nhà vừa rối rít xin lỗi về nhà cửa bừa bộn vừa vội quơ tay nhặt báo chí vứt bừa bãi trên ghế dài nhét xuống dưới bàn khách xong cầm mấy tách cà phê bẩn đem vào bếp.

- Mời Duyên ngồi.

- Duyên lúc nào cũng có ấn tượng là mấy ông họa sĩ có một cuộc sống không những bừa bộn về nhà cửa mà còn về những thứ khác nữa.

Trung bật cười chối.

- Cái gì chứ chuyện đó không có tôi rồi, hiền lắm.

Trong khi Trung đi vào bếp mở tủ lấy ra một chai rượu vang, Duyên quan sát xung quanh, thấy bên cạnh phòng khách là một phòng nhỏ trông như phòng vẽ vì có những khung vẽ, vài tấm tranh xếp trong góc và các vật liệu họa nằm ngổn ngang dưới đất. Duyên bước vào để nhìn rõ hơn nhưng trong thâm tâm là tìm xem có bức tranh nào có hình Mai không. Không cần tìm lâu, Duyên thấy bức tranh đang vẽ gần xong còn để trên giá mang hình người con gái mà thấy trong những tấm tranh treo tại tiệm ăn. Duyên tiến lại gần để nhìn kỹ hơn. Mai trong bức tranh này trông còn sắc sảo hơn bức tranh hôm nọ. Trong tranh người mẫu ngồi trên một bực thang cấp ngước nhìn lên trên, trên người chỉ khoác hờ một tấm vải trễ xuống để lộ hơn nửa bộ ngực đẹp tuyệt trần. Cặp mắt Mai trông mệt mỏi nhưng thỏa mãn giống như vừa mới trải qua một cuộc mây mưa tuyệt vời.

Tiếng Trung sau lưng.

- Muốn xem tranh phải đứng nhìn từ xa.

Mắt vẫn để trên tranh, Duyên chỉ nói thõng một câu.

- Mai của anh trông đẹp và hấp dẫn ghê.

- Tôi thì hy vọng Duyên khen tranh chứ không phải khen người.

- Nhưng có lúc người là tranh và tranh là người, phải không anh? Bộ cái đó không phải là chân lý của hội họa sao, cả hai là một?

Duyên hỏi giọng lơ đãng nhưng thăm dò. Trung thầm nhận là Duyên có lý.

- Đúng vậy nhưng không phải họa sĩ nào cũng đạt được chân lý đó, thợ vẽ quèn này chắc là chưa rồi.

Đón lấy ly rượu, Duyên nốc ly uống cạn rồi nhìn thẳng vào mắt Trung.

- Bây giờ anh vẽ em đi.

Trung hơi sững sờ về đòi hỏi đột ngột này và nhất là Duyên đổi tự xưng từ tên sang em.   Hơi men xốc lên đầu, Duyên cảm thấy hơi say sau khi uống cạn ly rượu quá nhanh.   Nàng nghiêng đầu mỉm cười nhìn Trung thách thức.

- Hay là anh ngại cô người mẫu của anh giận nên không muốn vẽ em, hay là em không đẹp bằng người ta?

Trung ngập ngừng.

- Dĩ nhiên là Duyên đẹp không kém gì ai, mà có thật muốn ngồi cho tôi vẽ không?   Có khi phải ngồi cả tiếng đồng hồ đó ... hoặc lâu hơn, khó lắm nhất là chưa quen việc ngồi làm mẫu rồi vẽ mấy ngày mới xong, có khi hơn tuần.

Thấy Duyên lưỡng lự, Trung bồi thêm.

- Tranh vẽ chưa xong để đó lâu ngày không đụng đến khi vẽ trở lại thì ... tay cọ khác đi, có khi không *match* những nét cũ.

Duyên ngẫm nghĩ xong nói giọng cương quyết.

- Không sao, em sẵn sàng ... nhưng cho em vài ngày đi để chuẩn bị tinh thần.

- Chuẩn bị tinh thần?   Trung bật cười, làm gì mà đến độ phải chuẩn bị tinh thần.

- Vì em muốn anh họa ... một bức khỏa thân như anh vẽ cô Mai?

Trung ú ớ.

- Người ta là người mẫu chuyên nghiệp ... còn Duyên ... thôi, mình vẽ chân dung đi.

Trong lòng Trung đầy thắc mắc, không hiểu tại sao

Duyên bất chợt đòi ngồi làm mẫu tranh. Phải chăng là vì ghen với Mai hay say rượu, chắc cả hai. Trung khẳng định cái ghen đưa đến cái say và nếu Duyên say thì mình không nên làm gì để tránh bị hiểu lầm là lợi dụng và đó là lý do Trung lựa chọn vẽ chân dung thay vì khỏa thân.

Phần Duyên thấy mình hơi quá, gật đầu đồng ý rồi đòi đi ăn tối.

- Tôi đề nghị mình ra chợ mua vài thứ xong về nấu chung ăn chung cho vui, Trung nói, chợ cách đây vài con đường thôi. Trời mát, mình đi bộ đi.

Ý kiến này được Duyên tán thành ngay. Hai người xách bị sánh vai đi ra chợ mua vài thứ đem về xong mỗi người nấu một món thi xem ai nấu ngon hơn.

Bữa cơm chiều hôm đó thật giản dị nhưng cũng ngon miệng. Cả hai đều cảm thấy vô cùng hạnh phúc như chưa bao giờ. Từ mấy năm qua, Duyên sống một mình trong cô đơn, mỗi năm về thăm gia đình chỉ một lần, còn những lần đi chơi đi ăn ngoài với bạn chỉ là loại tình cảm hời hợt, đi chơi xong về lại căn nhà thuê lủi thủi một mình. Phần Trung tuy lao đầu vào đam mê vẽ và gần gũi Mai nhưng thực tế người mình phải lòng thuộc về người khác, khi làm xong trở về nhà với chồng, đã đem lại một nỗi buồn khôn nguôi.

Khi ra về, Duyên không quên nhắc lại ý muốn của mình là ngồi cho Trung vẽ và đã trở lại đúng một tuần sau đó.

Hai người đi vào phòng vẽ, Trung chỉ cho Duyên ngồi xuống chiếc ghế bành kê trong góc nhưng bị phản đối.

- Em muốn anh vẽ em ngồi trên bậc cấp sau vườn

ấy ... giống như cô người mẫu ưa chuộng của anh đó. Vẽ tranh xong mình đem hai bức ra so sánh.

Đến lúc này thì Trung không còn nghi ngờ gì cái ghen của Duyên.

- Thì ... ngồi trên bậc cấp cũng được, bây giờ mình đi ra ngoài sân sau.

Hai người đi ba bậc thang cấp xuống một miếng vườn xinh xắn lát gạch đỏ với những bụi hoa và cây xung quanh cao như tường che kín thửa vườn.

Trong khi Trung đi trở lên nhà để lấy dụng cụ vẽ, Duyên ngồi xuống cùng bậc cấp mà nàng nghĩ Mai đã ngồi làm mẫu cho Trung vẽ rồi mường tượng những gì xảy ra khi cô người mẫu chuyên nghiệp ngồi đó với bộ ngực trần và người họa sĩ suốt mấy giờ đồng hồ chiêm ngưỡng những nét đẹp trên thân thể ấy. Nỗi ghen nhen nhúm trong lòng, Duyên phải nhìn nhận cô người mẫu lại có một bộ ngực thật đẹp, đẹp hơn của mình nhiều. Rồi Duyên thắc mắc là Trung đã cưỡng lại được ham muốn không và nếu không thì những gì đã xảy ra. Đến lúc này thì Duyên nhìn nhận với chính mình là yêu Trung vì nếu không thì đã không bị ám ảnh về Mai kể từ ngày thấy bức tranh người thiếu nữ hai giòng máu tại nhà hàng và lời thú nhận của Trung. Nỗi ám ảnh càng trở nên nặng nề đến độ Duyên không chịu được và vì vậy tuần trước đã quyết định bất ngờ đến đây một phần xem có Mai tại đó không, một phần khi được gần người mình yêu thì sẽ cảm thấy yên tâm hơn và có được ảo tưởng là của mình, một ảo tưởng mà Duyên tin chắc sẽ không tồn tại lâu vì sẽ biến nó thành một thực tế.

Trở xuống sân tay khệ nệ khiêng linh kỉnh các thứ

cho việc vẽ, Trung giật mình khi thấy Duyên đã cởi những khuy áo bên trên, khoanh tay trước người để lộ gần hết bộ ngực. Trung còn đang ngây người nhìn không biết nói gì thì Duyên lên tiếng trước.

- Em muốn hình mình phải tương tự như hình cô kia để ...

- Nhưng nếu thật sự ngồi làm mẫu như Mai thì Duyên phải cởi áo.

Trung nói thách vì nghĩ không đời nào Duyên dám làm thế nhưng biết mình lầm khi thấy nàng đưa tay cởi những khuy áo còn lại bèn vội bảo đừng.

Cái nhìn của Duyên đượm vẻ giận hờn, vùng vằng.

- Sao anh không để em làm như cô Mai? Em không phải là người mẫu nhà nghề như cô ta nhưng điều đó không có nghĩa là không làm được. Tại sao anh vẽ người ta như thế được mà lại không cho em làm.

Tuy mồm nói vậy nhưng Duyên không cởi mấy khuy áo dưới. Trung bắt đầu giương giá vẽ, đặt canvass, pha màu ... chuẩn bị vẽ. Và bắt đầu vẽ.

- Anh Trung, khi anh vẽ Mai, anh nói chuyện gì với người ta, anh có tán cô ấy không?

Trung chỉ mỉm cười không đáp vì sự thật khó nói ra. Mỗi lần Mai ngồi làm mẫu, hai người rất ít nói chuyện. Trung say đắm ngắm và say mê vẽ. Khi Trung ngừng tay, Mai thường tự nhiên bước lại bức tranh mà trên người không một mảnh vải hay thoảng chỉ một tấm vải khoác hờ để xem bức họa, những lần như vậy Trung phải quay đi để tránh sự cám dỗ cao độ. Khi đang vẽ thì Trung chú tâm vào công việc nhưng khi ngừng tay thì tâm hồn người họa sĩ được thay thế bởi tâm tình của một kẻ si tình đang đứng trước những cám dỗ khó cưỡng lại.

Vẽ được một lúc khá lâu, Trung muốn ngừng tay vì chợt cảm thấy không còn hứng thú nữa và cô mẫu tài tử coi bộ cũng đã mỏi, ngồi không yên cứ cử động vì chưa bao giờ ngồi làm mẫu nên không quen.

- Hôm nay thế này là tạm đủ, mai mốt làm tiếp, mình nghỉ đi.

Duyên đồng ý ngay vì không quen ngồi mãi một tư thế quá lâu đâm mỏi nhưng trong lòng lại nơm nớp lo bức tranh sẽ bị bỏ dở.

- Hay anh lại bỏ nửa chừng như bức anh vẽ cái cô gì đó.

Nghe nhắc về bức tranh vẽ Mai chưa xong, Trung thấy chạnh lòng, mấy tuần trước định bụng gọi Mai trở lại để hoàn tất nhưng trong hoàn cảnh mới thì ý định đó phai mờ đi. Trung trấn an Duyên, nói sẽ tiếp tục cho đến khi xong.

Cũng như tuần trước, hai người đi ra chợ mua thức ăn đem về nhà nấu ăn chung. Cuốn phim hạnh phúc họ thủ vai lẫn thưởng thức thứ bảy trước được tái diễn và tiếp tục nhưng lần này mặn nồng hơn.

Sau bữa cơm, Trung Duyên ngồi trò chuyện suốt đêm rất tâm đầu ý hiệp và Duyên đã ngủ lại tối hôm đó. Những chướng ngại gì giữa hai người đã ngả xuống như Duyên ngã vào vòng tay Trung để bắt đầu một cuộc mây mưa cuồng nhiệt giữa phòng khách vào đến phòng ngủ.

Sáng hôm sau lúc Trung tỉnh dậy thì Duyên không còn đó. Trung đứng lên mặc quần áo rồi định xách bức tranh vào nhà thì thấy một mảnh giấy có ghi vài giòng chữ viết tay cài trên bức tranh.

"Anh Trung, tranh đẹp lắm. Sẽ gọi anh sau để vẽ tiếp. Yêu anh."

Trung mỉm cười tin tưởng mình đã tìm được tình yêu hoàn toàn.

Và Duyên đã trở lại để cho Trung vẽ xong bức tranh đó. Những ngày sau đó là những ngày thật hạnh phúc cho cặp trẻ. Duyên đến hầu như hàng ngày để hai người nấu cơm và ăn cơm chung với nhau. Ăn xong nếu trời ấm thì hai người hoặc đi dạo phố hay ra ngồi quán cà phê nói chuyện không thì ở nhà, khi thì mỗi người một quyển sách đọc trong tiếng nhạc nhẹ nhàng, khi nói chuyện về mọi đề tài, có khi vào bếp làm snack ăn tối.

Cuộc sống thật êm đềm như một cặp vợ chồng mới cưới, chỉ có cái Duyên chỉ ngủ lại đêm thứ sáu và thứ bảy. Trung ngỏ ý mời Duyên dọn vào ở chung nhưng bị khước từ.

"Khi nào mình chính thức đã" là lý cớ Duyên đưa ra.

Quan hệ tình cảm của hai người trở thành công khai với hai bà chị lớn. Liên hãnh diện về việc mối lái thành công còn Tâm thì mừng cho em đã tìm được người như ý và muốn hai em út đi đến tận cùng của tình yêu là hôn nhân. Cá nhân Tâm nhận thấy Duyên sẽ là một người vợ tốt, có sắc, có học, có nghề, có duyên, có hạnh, cái gì cũng có, không chê vào đâu được. Mỗi khi Trung đưa Duyên lại thăm chị, Tâm luôn đối đãi với cô em dâu tương lai rất hậu hĩ. Hai người phái nữ coi bộ rất hợp nhau, có thể nói chuyện hàng giờ không chịu ngưng nếu

Trung không lôi Duyên đi.

3

Trưa nay Trung rủ Duyên đi dự buổi lễ ra mắt một tác phẩm mới của bà văn sĩ Thu Hà, tác giả truyện *Chợt Đến*.

Buổi lễ thu gọn được tổ chức tại một quán cà phê là nơi tụ họp của một số tay bút kỳ cựu cũng như mấy tay viết amateur ngồi rù bàn kháo chuyện thế sự. Số người đến cũng khá đông vì bà văn sĩ này đang được đưa tên tuổi lên. Tiểu thuyết đầu tay của bà ta gây xáo động không ít trong cộng đồng vì lối viết táo bạo, đề tài gần như *taboo* nhất là đối với phụ nữ Á Đông. Những người có ác cảm với bà văn sĩ này thì cho rằng bà ta cố tình viết như vậy để gây tiếng vang chứ chuyện chẳng có ý nghĩa gì sâu xa. Không những thế, loại tiểu thuyết táo bạo như vậy đi ngược lại truyền thống người mình. Một quan niệm thủ cựu? Những ai thích bà thì ca tụng lối viết can đảm, dám nói lên sự thật trong xã hội mà ai cũng biết nhưng vì đạo đức giả lên án hay nhắm mắt làm ngơ. Một cái nhìn quá cấp tiến?

Bà Thu Hà đã có mặt tại nơi, bà tươi cười chào hỏi mọi người, bà tự nhiên bắt tay Trung và Duyên khi hai người đi ngang qua. Đây là lần đầu tiên đi dự một lễ tiếp tân ra mắt sách, Duyên đứng khép nép sau lưng bạn trai trong khi đó thì Trung dường như là khuôn mặt quen thuộc, hầu như thấy ai cũng chào hỏi vài câu.

Buổi lễ ra mắt được bắt đầu bằng lời giới thiệu của một ông già đầu hói chủ tịch một hội văn bút nào đó. Ông lên máy vi âm hết lời ca ngợi bà Thu Hà, tán tụng các truyện bà viết. Sau đó đến lượt nhân vật chính tức là bà văn sĩ lên nói chuyện với mọi người. Bà ta giới thiệu tác phẩm *Mối Tình Xóm Ngã Ba*, một truyện tình cảm xã hội éo le về gia đình một ông thày giáo nghèo tại Sài Gòn. Gia đình ông giáo sống trong tình trạng nghèo thảm thiết, lương ba cọc đồng gõ đầu trẻ của ông không đủ để nuôi gia đình nên bà giáo phải đi khách kiếm thêm. Mỗi ngày sau khi ông giáo đạp xe đi dạy tại Phú Lâm, lũ nhỏ đi học, bà giáo nhảy lên xe xích lô "đi làm thêm" tại xóm ngã ba Chu Ía gần nhà thương Cộng Hòa. Trong những khứa của bà, có một anh lính Nhảy Dù cụt tay đang được chỉnh hình trong nhà thương. Anh này nhà tuốt dưới quê, dễ chừng một tháng vợ mới lên thăm một lần. Suốt ngày không gì làm, anh đánh bài với mấy thương binh khác. Số anh thật quá hên, lúc nào cũng ăn mặc dù chia bài và cầm bài chỉ bằng một tay. Rủng rỉnh có tiền trong túi, có lắm thời giờ, anh bèn ghé qua thăm mấy chị em ta và sau đó gặp bà giáo. Anh thấy bà này không giống như mấy nàng kia bèn đem lòng thương bà ta. Mỗi lần đến là anh chỉ đi bà giáo, ngược lại bà giáo cũng bắt đầu có cảm tình với anh lính Dù. Mỗi lần được kêu ra đi khách, bà hy vọng được tiếp anh. Mối tình anh lính Dù cụt và bà giáo đi khách ngày càng thắm thiết. Đi đêm có ngày gặp ma, một ngày nọ ông giáo khám phá ra mình bị bịnh chơi bời. Là người chồng tốt, ông không bao giớ bén mảng đến những nơi chơi bời, thế mà không hiểu họa đơn vô chí cơn bệnh quái ác ở đâu mà đến.

Bà Thu Hà không muốn kể hết sợ làm người đọc mất hứng thú không muốn mua sách. Bà khuyên mọi người mỗi người nên mua riêng cho mình một cuốn để đọc phần kết luận ly kỳ, bà nói thêm chủ điểm của truyện này là nói lên một tình cảnh éo le mà biết bao nhiêu người đã phải sống qua, qua hình thức này hay hình thức nọ trong một xã hội băng hoại.

Đến phần trả lời câu hỏi của khán giả, Duyên rụt rè đứng lên hỏi:

- Thế theo bà thì bà giáo có đáng trách hay không?

-Tại sao lại trách người đàn bà khi họ phải hy sinh đến cỡ đó cho gia đình? Bà vợ ông thầy giáo không những hy sinh thân mình mà còn hy sinh về mặt tinh thần, tự đi ngược lại những điều mình học mình tin tự nhỏ, những điều luân lý chính mình đã dạy con. Dĩ nhiên đi mãi dâm là chuyện không tốt nhưng có người có lúc bị cùng đường thì đành nhắm mắt đưa chân. Đừng trách !

Không hài lòng với câu trả lời, Duyên vặn.

- Thưa bà, chuyện thể xác là chuyện khác. Mình hy sinh thân xác ngủ với người khác nhưng tâm hồn vẫn dành cho chồng là một việc nhưng đằng này mình đem cả tấm lòng cho người khác, khi ngủ với chồng lại nghĩ đến người ta, thế không phải đáng trách sao?

Bà Thu Hà chưa kịp trả lời thì có người nói đỡ.

- Cô gì đó nói cũng đúng nhưng chung quy mọi việc khởi sự ngoài ý muốn của người đàn bà đáng thương đó.

Duyên ngồi xuống nhưng vẫn coi bộ không hài lòng. Trung đưa mắt nhìn sang mà trong đầu có cảm tưởng là Duyên ám chỉ mình, cho là dù đã cặp với nàng nhưng cứ nghĩ đến Mai.

Sau phần hỏi đáp đến phần mua sách và tác giả ký tên làm kỷ niệm. Trung nói thầm với Duyên, "Em mua một quyển không?"

- Ừ thì mua để xem cuối truyện éo le đến cỡ nào, Duyên đáp.

Trên đường về, Trung phát biểu.

- Bà Thu Hà này hình như không bao giờ viết chuyện có kết cuộc vui vẻ, chỉ toàn những chuyện tan vỡ, những chuyện thối tha, làm như con người tự bản chất là loạn, là hư. Có lúc anh có cảm tưởng là bà ta chỉ viết chuyện giật gân để bán sách.

Duyên lắc đầu trách.

- Anh yếm thế quá. Chứ bộ anh không thấy mấy chuyện đó xảy ra nhan nhản xung quanh mình hay sao. Mà cứ đâu phải đi bán mình mới là con đường duy nhất kiếm tiền giúp gia đình đâu?

- Anh thấy em vẫn còn hằn học với bà vợ ông thầy giáo đó.

- Sao lại không, ngủ một lúc với hai người, làm chồng mình tưởng là mình vẫn còn yêu, lại còn lây bệnh chơi bời cho chồng.

Trung đùa.

- Em không lãng mạn gì cả, bà giáo có lòng thương

người dào dạt nên gộp cả hai ông luôn.

Duyên lườm Trung.

- Còn anh sao, có nhiều lòng thương người không?

Câu trả lời chống đỡ.

- Nhiều lòng thương nhưng thương một người thôi, chịu chưa ?

- Dễ hẳn anh quên cô Mai của anh.

- Trời ơi! Đến giờ này mà em còn lo Mai. Cả mấy tuần nay rồi anh không gặp cô ta, thôi đừng nhắc về người ta nữa! Nếu em muốn thì anh thôi mướn Mai, anh sẽ dùng người khác hoặc anh sẽ chỉ vẽ tĩnh vật hay đường phố thôi, xách giấy khiêng cọ lên núi xuống biển tìm cảnh vẽ, em chịu chưa?

Duyên cười giả lả.

- Nói vậy thôi chứ tội nghiệp anh. Muốn vẽ người thì vẽ nhưng cấm lộn xộn!

Tuy nói vậy để trấn an Duyên nhưng hình ảnh Mai vừa mới trở lại lảng vảng trong đầu óc Trung.

Mới tuần trước Mai điện thoại lại hỏi về bức tranh vẽ chưa xong mà Duyên thấy ngày đầu tiên đến. Mai thắc mắc là sao đã lâu mà không được gọi lại để hoàn tất bức tranh đó làm Trung phải nói láo là dạo này bận nhưng Mai thấy hình như có gì thiếu tự nhiên trong lời giải thích nhưng cũng chẳng buồn hỏi vì chính bản thân mình cũng đang có chuyện buồn. Mai trong thời gian đây nghi ngờ James ngoại tình vì thấy thái độ chồng đã thay đổi, rồi giờ giấc làm việc ngày càng xáo trộn đi về thất thường. Ngoài ra còn có những dấu hiệu khác thường nho nhỏ mà nếu chắp nối lại sẽ cho thấy người chồng đang vụng trộm.

Nghe thấy có gì không ổn trong giọng nói buồn bên kia đầu dây, Trung bèn hỏi dò.

- Gia đình dạo này ra sao, vẫn bình thường chớ, còn ông xã vẫn vậy phải không?

Mai gượng đáp.

- Thì cũng chả có gì lạ, Mai không có gì làm nên hơi chán, cứ ngồi nhà chờ anh kêu nhưng chờ mãi.

Cuộc nói chuyện điện thoại chỉ ngắn ngủi vậy thôi, Trung hứa sẽ sắp xếp lại để có thời giờ hoàn tất bức tranh.

. . .

Đang dọn dẹp nhà vì tối nay Duyên và chị Tâm sẽ đến ăn cơm tối rồi cả ba cùng đi chơi, Trung thấy bức tranh Mai nằm trong góc trơ trên một mình. Một cảm giác tội nghiệp dậy lên trong lòng. Từ ngày quen Duyên đến giờ, Trung hầu như hoàn toàn quên bẵng về bức tranh vẽ chưa xong đó. Nếu như không có cú điện thoại hôm nọ thì người cũng bị quên luôn chứ đừng nói đến tranh. Cầm tranh lên ngắm, Trung nhớ lại những buổi chiều nắng vàng Mai ngồi trên bậc cấp sau vườn làm mẫu mà chợt cảm thấy bồi hồi trong lòng.

Đang ngắm nghía người trong tranh thì có tiếng gõ cửa, Trung bước ra mở cửa và sửng sốt khi thấy người trong tranh giờ đứng trước ngưỡng cửa.

- Anh Trung bận gì không vì Mai cần nói chuyện ... vì ở nhà có chuyện. Xin lỗi nha ... đến mà không gọi trước, nếu không tiện thì để hôm khác vậy.

Thấy mặt Mai buồn so mắt còn ươn ướt dường như

mới khóc, Trung đoán hẳn có chuyện không lành xảy ra.

- Không sao đâu, vào nhà đi rồi mình nói chuyện.

Vào trong phòng khách Mai quăng chiếc ví lên bàn rồi nằm vật xuống ghế dài bật khóc đôi vai rung lên. Trung không nói gì, lặng lặng đi vào bếp lấy ly nước đem ra. Mai ngồi lên lau mắt nói ngay như không chờ được hỏi.

- Em nghi là James ngoại tình, buồn quá!

- Chắc không? Trung ngạc nhiên hỏi nhưng trong lòng chợt lóe tia hy vọng.

- Em chưa có bằng chứng gì nhưng cứ nhìn vào những gì đã thấy thì không sai rồi, thí dụ như thời gian gần đây James đi làm giờ giấc không đều đặn như xưa, rồi anh ấy cũng lơ là với em. Mỗi lần hai vợ chồng nói chuyện thì em thấy có cái gì khác lạ, từ lời nói cho đến hành động. Khi tụi em gần nhau, anh ấy không còn nồng nhiệt, cứ như miễn cưỡng ... làm nhanh cho xong.

Mai cầm ly nước lên uống rồi nói tiếp giọng tức tưởi.

- Rồi em thấy có lúc James trông như lo ra chuyện gì, mơ màng đến ai, không buồn nói chuyện với vợ. Nhiều lúc em bắt gặp anh ấy tự dưng cười mỉm một mình, nếu em hỏi thì bảo không có gì. Tức ghê!

Nói đến đây Mai lại khóc để nước mắt lăn dài trên má xuống áo không buồn lấy khăn lau. Ngồi xích lại gần, Trung lấy khăn chậm lên khóe mắt nàng rồi từ từ lau xuống má. Mai để yên cho làm.

- Em khổ quá không biết làm sao, mà cũng chẳng có ai để nói nên phải tìm anh, em xin lỗi nếu phiền anh.

- Không sao đâu, tụi mình đâu có gì là xa lạ, Mai cần gì cứ cho tôi biết ... nhưng chuyện này bắt đầu từ khi nào vậy?

- Từ mấy tuần nay rồi, em có hỏi khéo nhưng James nói công ăn việc làm bận bịu đòi hỏi giờ giấc khác thường, đi sớm về trễ, tiệm có thêm mấy mối mới nhưng không giải thích rõ là gì nên em mới nghi.

- Chỉ có vậy thôi mà cũng nghi người ta, Trung nghĩ là anh ta bị oan rồi. Suy nghĩ lại cho kỹ đi chớ nếu sau này không đúng thì anh ấy sẽ giận lắm rồi nội vụ tùm lum chẳng ra gì hết.

Mai lắc đầu giải thích sự nghi hoặc của mình có lý do chính đáng.

- Chính Mai đã bắt gặp James đi với một cô người Mỹ tóc vàng, hai người điệu bộ rất thân mật, khi hỏi thì anh nói cô đó chỉ là bạn cũ từ hồi trung học giờ tình cờ gặp lại thì vui, vậy thôi. Khó tin quá vì hai người đã gặp nhau mấy lần. Có lần giặt quần áo cho James, Mai thấy áo có mùi nước hoa lạ nhưng không dám hỏi.

Trung im lặng không biết nói sao, những gì Mai nói chưa đủ để kết luận là chồng ngoại tình nếu lý luận theo kiểu logic của đàn ông nhưng trực giác của đàn bà nhiều lúc chính xác kinh hồn hơn. Trung cảm thấy bất lực không biết nói sao để an ủi vì có bao giờ bận tâm về mấy chuyện như vậy. Nhìn Mai khổ sở gục đầu trong vòng tay tiếp tục nức nở, Trung vòng tay qua đôi vai nàng xoa bóp nhẹ rồi kéo sát lại mình, ngây ngất trong mùi thơm từ người Mai. Sau cùng Trung chỉ biết khuyên Mai bình tĩnh lại, khoan kết luận vội vàng, hãy nói chuyện thẳng với chồng để đánh tan những nghi ngờ mà có khi là vô căn cứ.

Mai lắc đầu quầy quậy.

- Mai không muốn về nhà nữa, chán lắm. Hồi nãy tụi này mới cãi nhau một trận. Chả còn lý do gì để về nhà, anh cho Mai ngủ đây tối nay đi.

Trung giật mình. Chỉ trong vòng một tiếng đồng hồ nữa, mấy người kia sẽ đến. Nếu họ mà thấy Mai ở đây là hỏng chuyện hết, tình ngay lý gian. Trong mấy tuần nay, mối nghi ngờ trong đầu Duyên về quan hệ giữa Trung và cô người mẫu đã bị đánh đổ, không thể để sự nghi ngờ đó sống lại.

- Ấy, không được đâu, người ta dị nghị chết. Trung là trai độc thân ở một mình còn Mai là gái có chồng lại đây ngủ đâu được.

Mai nổi cơn bướng.

- Trời ơi, thời đại này bên Mỹ mà anh nói chuyện gì xưa như mấy ông cụ Việt Nam vậy, nếu anh không chịu thì Mai ra khách sạn ngủ.

Trung luống cuống biện bạch.

- Không phải! Ngủ ở đâu chỉ là chuyện phụ, cái quan trọng là Mai cần về nhà để tìm hiểu và hàn gắn với chồng. Nếu tối nay James không thấy Mai về thì lo lắm, rồi kêu cảnh sát vì tưởng có gì xảy ra. Sau này nếu anh ta biết được là Mai ngủ đây thì sẽ nghĩ sao, sẽ tin lời giải thích của mình không? Kẹt lắm. Chuyện bé xé ra to.

Ngừng khóc nhưng mặt Mai còn ướt nước mắt. Trung thấy nàng đẹp vô ngần trong hình ảnh đó, "thằng James ngu thật, có vợ đẹp như vầy mà không biết giữ".

- Anh nói đúng, thôi em về xem ra sao, cám ơn

anh đã chịu khó ngồi nghe em khóc và kể lể. Anh dễ thương lắm.

Nói xong, Mai đứng lên cầm ví đi ra, Trung đi theo ra. Đến cửa Mai dừng lại và bất thần hôn lên môi Trung rồi nói, "Cám ơn anh nhiều".

Mai đi khuất rồi nhưng Trung còn đứng thộn đó như người mất hồn. Nụ hôn chỉ phớt qua nhưng cũng đủ làm ngây ngất.

Trong khi đó, xe Duyên và Tâm mới ngừng trước chung cư nhà Trung. Vì khệ nệ khiêng nhiều thứ lỉnh kỉnh, Duyên không thấy một người nữ từ trong khu nhà Trung đi xuống cầu thang ra đến đường, tay còn đang chậm nước mắt, mà chỉ như thấy ai đó thoáng đi ngang với khuôn mặt ngờ ngợ quen. Nàng và Tâm xách giỏ đi vào nhà. Duyên hơi ngạc nhiên khi thấy Trung đứng sững giữa phòng khách như trời trồng, mặt mũi trông như người mất hồn.

- Anh làm sao vậy?

- Không sao, chỉ thấy hơi mệt hôm nay, Trung nói dối một cách vụng về.

Cả ba người cùng vào bếp, xếp rau thịt từ trong giỏ ra và bắt đầu nấu nướng. Đứng trong bếp với hai người đàn bà kia nhưng Trung chỉ nghĩ đến Mai. Nếu như Duyên và chị Tâm không đến thì chuyện gì sẽ xảy ra, chắc là Trung sẽ siêu lòng trước đòi hỏi của Mai và cho nàng ở lại một đêm. Đang bị giao động Mai sẽ dễ xa ngã. Khi đang ở trong một tình trạng như vậy, nhất là lại được một người khác và là người mình thân và tin cậy, tỏ ra thông cảm với thái độ ân cần, giới tuyến tình bạn và tình yêu dễ bị lu mờ. Tới lúc này, Trung không thể dối lòng mình được là đã yêu Mai thật tình. Chuyện đó làm sao có thể được, vừa muốn Duyên vừa yêu Mai. Trung thấy mình đang ở trong một vị thế khó xử, khó xử với chính mình, với chính lòng mình. Nếu không giải quyết được cái bế tắc này thì không lâu tình hình sẽ trở nên bi đát nhưng giải quyết là đòi hỏi một chọn lựa giữa hai người. Chọn lựa Duyên là con đường an toàn nhất, hơn nữa cả hai tuy chưa ngoài mặt đề cập đến nhưng trong bụng đã tính chuyện lâu dài. Tình yêu từ Duyên rõ như ban ngày. Chọn lựa Mai mới thật sự là không lối thoát vì Mai không chắc sẽ bỏ chồng, sự nghi vấn James ngoại tình vẫn chỉ là một nghi vấn vô căn cứ. Trung tin rằng nếu mình chọn Mai, điều chắc chắn xảy ra sẽ là rốt cuộc không được ai nhưng làm sao dứt được mối tình thầm kín hun đúc trong lòng bao năm nay. Trung tin rằng kẻ thù trong cuộc là chính mình nếu không dứt khoát, một khi đã chọn lựa thì phải dứt khoát dồn tâm tư mình cho một người.

Tiếng Duyên lôi Trung ra khỏi những suy nghĩ phức tạp, những rối rắm không giải pháp.

- Anh này, em định tháng tới về thăm ba mẹ em một tuần lễ, em muốn mời anh đi theo để giới thiệu anh với gia đình.

- Tháng tới à, cũng được, mà em xin sở nghỉ chưa?

- Em xin rồi, họ chịu ngay. Vậy anh đi với Duyên nhé?

Tâm xía vào.

- Chị hoan nghênh ý kiến này hết mình. Trung em nên cố sắp xếp mà đi sang đó gặp hai bác.

Trung trả lời giọng cương quyết.

- Đương nhiên.

. . .

Liên tiếp mấy ngày sau đó, không được tin tức gì từ Mai, Trung thắc mắc không hiểu chuyện Mai và chồng ngã ngũ ra sao. Nhiều lần Trung muốn bắc điện thoại lên gọi nhưng tự nhiên thấy ngại rồi bỏ xuống, trong lòng có mặc cảm là mình đã tằng tịu với Mai mặc dù chuyện đó chỉ là trong tư tưởng và cứ nơm nớp lo là James đã linh cảm được ý tưởng của mình. Điều lo ấy thật ra cũng không quá đáng vì sau hôm gặp Trung, biết đâu khi về nhà Mai đã gây lộn với chồng và trong lúc thiếu tự chủ có thể nói ra là đã đến thăm Trung, đã tâm sự và đã được ân cần lo lắng cho. James chắc chắn sẽ nghi ngờ ngay.

Buổi tối trước ngày đi với Duyên về thăm gia đình, Trung lấy can đảm điện thoại cho Mai. Nghe chuông kêu cả mười hồi mà không ai nhấc máy, Trung hồi hộp chờ rồi khi nghe tiếng Mai bên kia đầu dây sau cả phút dài đằng đẵng, Trung cảm thấy nhẹ nhõm vì rất muốn tránh James.

- Mai? Trung đây. Mấy hôm nay ra sao, đã nói chuyện với chồng chưa?

- Thì tối hôm đó anh muốn Mai về nói chuyện với James nhưng anh ấy đêm đó không về nhà. Mai mệt mỏi quá, nghĩ ngợi lung tung về chuyện này quá nhiều, nghĩ nhiều mà chả nói được với ai nên đâm mệt.

- Mai cũng biết là bất cứ lúc nào cần nói chuyện với Trung thì gọi. Đừng ngại gì hết.

Nói đến đây Trung chực nhớ là ngày mai mình đi xa với Duyên, nếu Mai đòi gặp thì không biết lấy lý cớ gì để từ chối.

- Còn vụ ông xã đi đến đâu rồi ?

Trung hỏi nhưng trong bụng hy vọng là câu trả lời sẽ là "chẳng đi đến đâu". Mai kể lại là chiều hôm đó định tâm sẽ nói hết cho James nghe về những nỗi khổ tâm dày vò mấy hôm nay nhưng khi về đến nhà thì chỉ thấy một tấm giấy chồng gài trên tủ lạnh nhắn lại là bất thần phải đi gặp một khách hàng quan trọng ở xa để thương lượng một số dịch vụ quan trọng và chuyến đi này kéo dài hai ngày. Điều này càng làm Mai điên đầu thêm và tức lên vì cho là chồng đã đi quá trớn, đã xem thường mình, cho là mình ngốc nên bày ra trò nói dối rẻ tiền để đi ngủ với tình nhân.

Tuy nóng giận và buồn bực nhưng Mai đủ bình tĩnh để biết là nếu mình trở lại nhà Trung để trút hết tâm sự thì có thể bị hiểu lầm vì nụ hôn mình tặng Trung hôm trước khi tiễn ra cửa. Không những Trung không cho ở lại mà còn khuyên về nhà giải quyết với chồng, một nghĩa cử của một tinh thần cao thượng. Bây giờ nếu trở lại thì sẽ gây ấn tượng là mình đã yêu Trung và sẵn sàng cho hết.

"Nếu thế thì Trung sẽ nghĩ là mình là hạng đàn bà đĩ thõa!"

Nghĩ đến đây, Mai tự vấn lòng mình với người hoạ sĩ trẻ? Lắm khi mình gần gũi nhiều với người nào, một tình cảm khắng khít sẽ tự nhen nhúm và nảy nở mà có khi mình không ý thức được cho đến khi xa người đó thì thấy nhớ. Mai thấy rất gần với Trung, có khi có những cử chỉ rất thân mật nhưng không bao giờ đi quá xa.

Trung hỏi tiếp.

- Nhưng sau khi James về rồi thì hai người có đem chuyện đó ra nói không? Còn chuyến đi của James là gì ... đi đâu?

- Dĩ nhiên là anh ấy chối, nói là chỉ gặp cô đó hai lần thôi, nói chuyện như bạn, bây giờ cô đó đi rồi.

- Chồng Mai có nhà không?

Mai bật khóc.

- Anh ấy lại đi nữa rồi, nói là đi gặp khách hàng khác. Lại nói dối nữa.

Biết sóng gió sẽ xảy đến cho Mai trong mấy ngày sắp đến và nhất mình sẽ không ở đây để làm nơi nương tựa tinh thần, Trung bất lực thở dài không biết nói sao để an ủi xong thú thật là sáng mai phải đi xa một tuần, khi nào về lại thì sẽ gọi.

Im lặng bên kia đầu máy làm Trung sốt ruột.

- Hello, Mai còn đó không?

- Còn đây, mai anh đi rồi thì nói làm gì, giọng Mai hơi hờn. Anh cứ đi chơi vui đi, để đây ở nhà một mình tự lo hết. Thôi Mai đi ngủ đây, chúc anh đi chơi vui.

Bên kia máy đã gác nhưng Trung vẫn còn áp ống nghe trên tai, cảm tưởng như còn nghe được tiếng nức nở trong điện thoại. Trung nghĩ phản ứng của Mai là trẻ con nhưng trong thâm tâm vẫn thấy bùi ngùi lo lắng cho nàng. Trung thở dài gác máy điện thoại, đi vào phòng ngủ xếp va li cho chuyến đi.

Sáng hôm sau, Trung đến đón Duyên ra phi trường.

~§~

4

Đúng như lời Duyên tả, cha mẹ nàng sống trong một tỉnh lẻ xa phi trường hai giờ lái xe. Khi đến nơi, trời đã gần tối. Bà mẹ là người đầu tiên ra đón hai người. Mở cửa ra thấy con gái, bà mừng rỡ quay vô trong la lên.

- Ông ơi, con Duyên nó về đây này!

Duyên giới thiệu bạn trai cho mẹ. Trung gật đầu chào. Bà tươi cười chào lại, nụ cười thật hiền, nói vài lời nhã nhặn. Có tiếng chân như ai từ trên lầu đi xuống, hẳn là cha Duyên. Đã được dặn trước là phải cẩn thận với ông cụ vì ông khó tính hay bắt bẻ, Trung định tâm mình sẽ ngậm tăm, chẳng đặng đừng mới trả lời ầm ừ cho xong chuyện. Thấy cha xuống đến phòng khách, Duyên chạy lại chào. Ông chỉ ừ hử xong bắt đầu quan sát Trung, nhìn từ đầu xuống chân xong trở lại lên mái tóc nghệ sĩ dài. Trung cúi rạp đầu chào ông thật lễ phép.

- Không dám, mời anh ngồi chơi, đi đường xa chắc mệt.

Mẹ Duyên chen vào.

- Phải đấy, cháu ngồi nghỉ một lát (quay sang con

gái), Duyên con đi lấy nước cho anh uống.

Trung vẫn còn đứng, nói đỡ.

- Dạ thôi được bác, cháu không mệt mỏi gì đâu, để cháu giúp Duyên đem va li lên lầu.

- Phòng ngủ khách hả mẹ? Duyên hỏi mẹ.

- Ừ, để anh nghỉ trong đó, còn phòng con thì vẫn vậy.

Mẹ Duyên quay sang giải thích cho Trung.

- Chúng tôi vẫn giữ phòng em nó như trước vì nó dặn như vậy, đụng vào thì nó cằn nhằn. Nói vậy chứ mỗi năm nó về có một lần mà cứ đòi ...

Trung cười trước sự chiều con của mẹ Duyên, cảm thấy mến bà ngay, rồi lễ mễ khiêng hai cái va li theo Duyên lên lầu. Hai người dừng trước hai căn phòng con cuối hành lang, Duyên chỉ vào một phòng nói đó là phòng ngủ dành cho khách rồi chỉ phòng bên cạnh nói mình ngủ đó.

- Hai phòng gần nhau nhưng anh đừng mò sang nghe, bố em hay đi tuần lắm đó.

Trung le lưỡi nói.

- Ông cụ thế kia chắc mai anh lấy máy bay về Cali cho yên.

Duyên trấn an.

- Không sao đâu anh, anh cứ nói chuyện tự nhiên nhưng đừng nói nhiều, bố em ghét đàn ông nói nhiều.

Sau khi sắp va li ra, Duyên xuống nhà trước giúp mẹ nấu cơm tối, bà cụ đang thổi cơm, thấy con gái xuống liền sai lặt rau. Trong khi Duyên làm, bà lại thì thầm bên tai nàng.

- Bạn con với con ra sao, có tính chuyện gì chưa?

Duyên cười bẽn lẽn,

- Thì cũng có nhưng con muốn về đây là để nói chuyện với mẹ trước.

Bà cụ liếc nhìn chồng trong khi đó đang ngồi trầm ngâm nhìn ra đường.

-Còn bố con nữa, coi bộ khó lắm, nội cái mái tóc dài híp-py của thằng Trung là đã khó sống rồi.

Bà nói thêm.

- Lại còn đời sống nghệ sĩ của nó, ai đời sang đây đi học hội họa, người mình đa số học bác sĩ, nha sĩ, kỹ sư hay *computer* hoặc kinh doanh, mẹ lo cho hai đứa.

Duyên vừa bực mình vì cái tính cổ hũ của mẹ vừa thất vọng vì mẹ mình không lên tiếng ủng hộ Trung.

- Nhưng anh ấy đâu có nghèo mạt rệp đâu, giàu thì không nhưng đủ sống.

Bà cụ thở dài.

- Thì đành rồi nhưng phải tính chuyện tương lai xa, mai mốt hai đứa có con rồi sao, liệu có đủ không ?

Đúng lúc đó Trung từ trên lầu đi xuống. Mẹ Duyên nói nhỏ, "Để xem thằng Trung và bố con nói chuyện ra sao."

Ông cha quay lại thấy khách đứng sớ rớ giữa phòng, lên tiếng.

- Anh tự nhiên ngồi chơi, uống gì để tôi nói con

Duyên đem ra.

Trung lễ phép từ chối nhưng ông cụ vẫn lên tiếng bảo con gái đem ra hai chai bia và hai cái ly. Tay rót bia ra ly nhưng mặt ông cụ lạnh lùng, thiếu thiện cảm thấy rõ. Vừa nâng ly lên mời khách xong, ông liền hỏi ngay về chuyện công ăn việc làm, về lối sống lông bông nghệ sĩ của Trung. Chỉ sau vài câu hỏi, Trung đánh hơi được ngay ác cảm của ông đối với mình, bắt đầu thấy bực trong lòng và chán ngán cái màn thẩm vấn của ông già. Vẫn chưa muốn buông tha, ông nói tiếp.

- Tiếc quá, tôi quên dặn con Duyên mượn anh một hai tấm tranh đem về xem hay ít ra là chụp hình rồi rửa ra xem, để xem tài vẽ của họa sĩ đại tài đến đâu.

Trước câu nói mỉa mai này, Trung nóng mặt nghĩ thầm, "Nếu ông muốn thì tôi cho ông xem mấy cái bức tranh tôi vẽ Mai hay con gái ông ngồi hở ngực chắc ông sẽ tống cổ tôi ra khỏi nhà ngay" nhưng bên ngoài vẫn giữ lễ độ, khiêm nhường đáp.

- Cháu vẽ hãy còn dở, để hôm nào cháu vẽ một tấm tranh ngoại cảnh, cháu gởi sang biếu bác.

- Con Duyên nó tán tụng tài vẽ của anh lắm, nó bảo là anh vẽ tranh khỏa thân rất đẹp.

Nghe đến đây Trung toát mồ hôi, rủa Duyên thầm trong bụng, nói giả lả.

- Vâng thì cháu có vẽ một hai tấm khỏa thân, họa sĩ nào cũng vẽ hình khỏa thân.

Trung liếc vào trong bếp thấy Duyên đang ôm bụng cười không ra tiếng. Ông cụ quay mũi dùi trở lại chuyện tiền bạc.

- Lúc nãy anh nói là làm nghề vẽ chỉ vừa đủ ăn, sau này có gia đình thì làm sao, chắc phải chật vật lắm phỏng?

Trung chưa kịp trả lời thì ông đánh dồn.

- Anh khi nào thì định cưới vợ?

Trung liếc nhìn vào bếp thấy Duyên le lưỡi mắt trợn tròn. Nguy biến. Thấy tình hình coi bộ căng thẳng, bà mẹ nhảy vào đỡ.

- Thôi, đến giờ cơm rồi. Hai bác cháu thôi nói chuyện đi, còn Duyên lại phụ mẹ dọn bàn.

Duyên chụp ngay cơ hội lên tiếng.

- Anh Trung vào đây giúp em và mẹ một tay nào.

- Ừ, nhờ cháu dọn chén đũa lên cho bác, bà mẹ họa thêm.

Cha Duyên chợt lên tiếng hỏi vợ.

- Bà, thằng Hoàng có đến không? Bà có gọi nó hôm qua không?

- Có, gọi rồi, nó đến trễ vì đi làm ra trễ, mình cứ dọn ra trước. Nếu đói thì cứ ăn ...

Ông cụ cắt ngang.

- Mình chờ! Khi nào nó đến thì ăn lúc đó.

Vào trong bếp, Trung phụ Duyên dọn chén đũa lên, đứng gần hỏi thầm.

- Anh chàng Hoàng nào vậy?

Duyên mỉm cười trả lời.

- Bạn xưa từ Sài Gòn.

Cơm đã dọn xong lên hết nhưng cả nhà không ai vào bàn ngồi vì cha Duyên hãy còn ngồi ngoài phòng khách như cố tình chờ Hoàng. Cả một lúc sau khi mâm cơm gần nguội mới có tiếng gõ cửa. Duyên đứng lên vội đi ra mở cửa. Một thanh niên cao lớn ăn mặc hợp thời trang bước vào.

- Anh Hoàng!

Duyên reo lên xong chạy lại ôm chầm lấy người thanh niên. Anh ta lùi lại vài bước, ra bộ ngắm nghía rồi lên tiếng.

- Trông đẹp còn hơn xưa.

Duyên nhí nhảnh đùa.

- Còn đẹp vì còn chờ.

Hoàng chỉ cười cười lắc đầu rồi quay lại chào cha mẹ Duyên.

- Xin lỗi cháu lại trễ.

Cha Duyên với bộ mặt vui vẻ, khác hẳn với chỉ một lúc trước đó.

- Không sao, cơm vừa mới dọn lên thôi, mà chờ cháu thì cũng chả sao, người nhà cả.

Ông nhấn mạnh ba chữ cuối. Duyên giới thiệu hai thanh niên. Hoàng đưa tay ra bắt tay Trung, cái bắt tay mạnh mẽ đầy tự tin. Cả nhà ngồi xuống xong, cha Duyên lên tiếng với Trung.

- Con gái tôi chưa nói rõ với anh là Hoàng đây hiện là y sĩ trưởng phòng cấp cứu cho bệnh viện địa phương.

Trung thành thật khen.

- Thế thì anh Hoàng giỏi quá, không những là bác sĩ mà còn là y sĩ trưởng phòng.

Người bác sĩ trẻ cười nhũn nhặn.

- Đâu có gì! Chỉ tổ nhiều việc thôi, mệt thân!

Trong bữa cơm, Trung ít nói trong khi Hoàng và Duyên nói chuyện huyên thuyên. Phần ông cụ thì cứ đưa mắt nhìn con gái xong nhìn sang Hoàng, đầu gật gù ra vẻ hài lòng.

Hoàng hỏi Duyên về nơi ăn chốn ở, về công ăn việc làm rồi đột ngột hỏi.

- Thế còn chuyện quan trọng thì sao?

Duyên trố mắt lên như không hiểu dù biết Hoàng ngụ ý gì khi đưa mắt nhìn sang Trung, giả ngu hỏi.

- Chuyện dọn về đây hả? Cái đó thì chưa tính.

Bà mẹ thì cứ tưởng con gái nói về vụ bỏ Cali về đây, mừng rỡ lên tiếng.

- Anh Hoàng nói đúng đó con, con nên nghĩ lại đi, bố mẹ cũng già rồi, cần con bên cạnh. Con biết là lúc nào con về ở đây cũng được, không cần mướn nhà riêng, khỏi phí tiền.

Duyên lắc đầu.

- Không giản dị như vậy đâu, còn công việc, đường tiến thân nữa. Ở cái xứ nhà quê như ở đây thì dễ gì tìm được loại việc làm như của con, lương thấp nữa.

Mẹ thở dài nhưng cha thì chen vào.

- Mẹ con nói đúng. Đến lúc nào đó thì con phải về chứ con gái không thể sống lông bông một mình như vậy được. Về đây rồi còn tính chuyện gầy dựng nữa, nếu chỉ ham chơi mai mốt quay đi quẩn lại thành gái già mất. Chuyện tài chánh sẽ không thành vấn đề nếu chồng con làm khá.

Nói đến đây ông đưa mắt nhìn hai người thanh niên với cái nhìn khác nhau khi đi từ người này sang người kia, cái nhìn từ khâm phục sang khinh bỉ.

Đến lúc này thì Trung không còn nghi ngờ gì là ông cụ không thích cái mác họa sĩ nghèo của mình, không có điều kiện để bảo đảm được cho tương lai con gái mình. Trong khi ông đối đãi Hoàng rất tử tế ra mặt thì giữ bộ mặt khó đăm đăm thiếu thiện cảm với mình, chỉ thiếu điều tống cổ mình ra khỏi nhà.

"Anh chàng Hoàng này chắc theo đuổi Duyên nhưng không được con gái mà lại được tình cảm của cha già vì là bác sĩ giàu có."

Trung chợt thấy chán nản nhưng nhưng gượng ngồi tỉnh không nói gì.

Trong suốt bữa cơm tối, không biết vì cố tình hay vô ý mà cha Duyên dường như quên hẳn sự hiện diện của Trung. Ông chỉ bàn chuyện với Hoàng về căn nhà người bác sĩ mới tậu, chiếc xe mới mua, cổ phần mới bán được rất nhiều lời.

Bữa cơm tối xong, Trung nói chuyện một lúc rồi lấy cớ mệt cáo lỗi lên phòng sớm, Duyên biết là sự việc không được suông xẻ với gia đình. Trước khi về đây, Duyên hy vọng là mẹ sẽ bênh mình vì tính hay chiều con, nhưng thất vọng khi thấy bà đóng vai trung lập, còn cha thì khỏi nói, ông thích Hoàng từ lâu. Cả đêm Duyên để ý ngầm thấy Trung ngồi im lặng trong góc phòng khách như cố thu nhỏ sự hiện diện của mình để mọi người khỏi thấy rồi nhìn Trung lủi thủi đi lên lầu, Duyên vừa tức vừa buồn.

Sáng hôm sau, hai người sửa soạn đi một vòng thăm tỉnh. Nhìn Duyên mặc một chiếc áo len màu huyết dụ làm nổi bật nước da trắng, Trung khen nàng khéo chọn áo đẹp nhưng Duyên lại lỡ miệng khai mình không mua áo này mà do chính Hoàng chọn mua tặng.

- Vậy hả, Trung vừa nói vừa gật gù ra chiều hiểu.

Duyên lúng túng đáp.

- Thấy trời ban sáng hơi lạnh, em chụp đại mặc, xin lỗi anh, để em thay áo khác.

Trung xua tay nói lấp liếm đi cho Duyên đỡ ngượng, mấy chuyện lặt vặt không đáng bận tâm nhưng Duyên áy náy thấy có gì thiếu tự nhiên trong lời nói trấn an đó.

Ra ngoài đường trong bụng Duyên đầy những ân hận đã đem Trung về giới thiệu với gia đình. Chỉ trong vòng nửa ngày mà đã có nhiều chuyện thiếu tốt đẹp xảy ra, từ thái độ lạnh nhạt khinh bỉ của cha đối với Trung trong khi ra mặt vồn vã với Hoàng cho đến đầu óc cổ hũ của mẹ và ngay cả việc mình vô ý tứ mặc cái áo Hoàng tặng để đi dạo với Trung.

Nơi cha mẹ Duyên ở là tỉnh lẻ, nhà cửa lưa thưa, nhà này cách nhà kia cả trăm thước, không chung đụng nhau, sống thật dễ chịu. Đa số nhà ở đây kiến trúc đơn sơ, nhà gỗ sơn trắng, hàng rào cũng sơn trắng. Một số nhà to đến độ có cả chuồng ngựa. Trung thấy vài người cưỡi ngựa thả nước kiệu trong vườn rộng lớn như nông trại. Tỉnh thật yên tịnh vì có ít xe cộ. Ngay cả người ta cũng chỉ lác đác vài mạng đi dạo. Trời sắp sang thu nên thỉnh thoảng có ngọn gió lạnh thổi ngang. Lá cây bắt đầu ngả sang màu vàng đỏ và rụng bay trong cơn gió trông thật đẹp mắt. Duyên lái hơi xa nhà một ít để tránh bị cha mẹ thấy xong đậu xe lại bảo xuống xe đi dạo. Hai người khoác tay nhau đi dọc theo bờ hồ.

Duyên đi nép vào người Trung, nhỏ nhẹ nói.

- Em biết anh không được vui, biết vậy em không lôi anh theo, để em về nhà một mình.

Trung an ủi.

- Đừng lo, mới gặp thì hai bác phải có nhiều câu hỏi cho anh. Cái đó là đương nhiên rồi, tự nhiên đứa con gái một xách về một thằng cha căng chú kiết nào mà không thắc mắc à, nhất là một thằng họa sĩ nghèo.

Duyên thấy có gì cay đắng trong ba chữ cuối câu, biết là Trung ám chỉ sự khác biệt to tát về tài chánh giữa hai người thanh niên.

Giọng Duyên nghẹn ngào.

- Em không bao giờ so sánh anh với người khác trong chuyện tiền bạc, em chỉ cần biết là mình thương nhau, thế đủ rồi.

- Em đừng lo cái đó, anh không bao giờ có mặc cảm là mình nghèo. Em biết là anh không màng vật chất. Gặp người giàu có hơn mình cũng chả sao, có khác gì những người nghèo đâu? Thành ra anh hoàn toàn không ganh không ghét Hoàng. Nhưng nếu mình lấy nhau thì sẽ gây xào xáo trong gia đình em, việc bố mẹ em ghét anh thì anh chịu nhưng em là con của ông bà. Rồi chả lẽ suốt đời cha mẹ với con cái không nhìn nhau, không nói chuyện với nhau sao?

Duyên nói giọng tấm tức.

- Em đâu muốn làm bố mẹ em buồn nhưng em không muốn xa anh, em buồn quá. Làm sao đây anh?

Trung trấn an Duyên.

- Thì cứ chờ một thời gian xem sao đã, khi về nhà, anh sẽ tìm một chân dạy hay nghề gì đó vững chắc, không giàu có gì nhưng ít ra có đời sống ổn định, hai bác rồi cũng đổi ý.

- Khó lắm anh ơi, em biết bố em kết Hoàng rồi. Trong đầu óc bố em chỉ có anh ấy là xứng với em. Bố em kêu Hoàng đến thăm là vậy chứ em đâu có mời anh ấy đâu.

- Em kể thêm cho anh nghe về ông bác sĩ Hoàng đi, Trung thắc mắc.

- Hoàng và em học cùng trung học hồi ở Sài Gòn. Khi đó mới chỉ là bạn, chơi thân lắm. Hoàng đi du học bên Mỹ hai năm trước khi mất nước. Nhà anh ấy giàu lắm mới có tiền cho con qua đây học, mà lại học Y nữa chứ. Em thì vào đại học Chính trị kinh doanh. Sang đây rồi, Hoàng mới viết thơ cho em thú nhận là thương em.

- Rồi em trả lời sao?

- Em lúc đầu mắc cỡ, đâu ngờ là bạn mình đâm ra thương mình. Em lúc nào cũng chỉ nghĩ đến Hoàng như một người bạn thôi hay như một người anh. Về sau này nghĩ lại em mới thấy là những hành động và những lời nói của anh ấy với em trước kia như có cái gì bao bọc em, lo lắng cho em nhưng nào mình có để ý. Em viết thơ trả lời là hãy còn quá sớm, mình hãy còn quá trẻ, e cha mẹ không bằng lòng. Em nên cự tuyệt thẳng nhưng sợ Hoàng buồn, dù sao anh ấy cũng là bạn tốt. Năm bảy mươi lăm, gia đình em đi được. Khi đó Hoàng còn đang làm bác sĩ nội trú cho một nhà thương ở Texas lập tức bay qua đây để đón em và gia đình. Chính anh một tay lo hết chứ tụi em nhà quê từ Việt Nam mới qua thì biết gì, một chữ Mỹ cũng không biết. Ba em lại càng thích anh ấy hơn, đối với ông thì Hoàng đã là con rể rồi. Còn mẹ em thì rất là cảm động vì sự lo lắng chu đáo của Hoàng. Trong thời gian đầu ở đây, Hoàng qua thăm rất thường dù làm xa. Sau khi xong nốt phần nội trú, anh ấy qua đây xin việc làm tại nhà thương *trauma* của quận ly, làm từ đó đến giờ cũng nhà thương đó thôi, mới được thăng chức làm y sĩ trưởng năm ngoái.

- Thế trong mấy năm em còn học đại học ở đây, Hoàng có đề cập gì đến chuyện tình cảm với em không?

- Đương nhiên là có, em cũng cảm động về mối tình chân thật và bền bỉ của anh ấy. Nói thật anh, có khi em thấy siêu lòng nhưng không hiểu sao bên ngoài vẫn không chịu. Hoàng vẫn còn theo đuổi, vẫn kiên nhẫn chờ em. Ngày em ra trường tìm được việc làm ở Cali đi theo chị Liên, anh Hoàng buồn lắm, nghĩ là em chạy trốn anh ấy. Em nói là đi chỉ là để học hỏi, với lại bên Cali có nhiều cái mới, nhưng mai mốt rồi cũng lá rụng về cội, anh ấy mới bớt lo.

- Hoàng có kêu em thường không? Trung hỏi.

- Tuần nào cũng kêu.

- Qua Cali thăm?

- Có, mỗi năm một hai lần.

- Bền bỉ nhỉ, thật đáng phục. Vậy em có bánh sơ

cua rồi, lỡ bề gì không thành với anh thì có ông chồng giàu.

Duyên hờn.

- Tại sao anh nói vậy, bộ anh lo thật sự à hay là đã muốn rút lui để đi về với cái cô Mai lai Mỹ của anh?

Trung cười kéo Duyên lại sát mình hơn, ôm chặt vào lòng, thủ thỉ, "Không bao giờ".

Về đến nhà, hai người không thấy cha Duyên đâu, chỉ thấy bà cụ đang dọn dẹp.

- Bố đâu mẹ?

- Bố mày với thằng Hoàng đi ra phố tìm mua máy móc gì đó, lát về, mà hai đứa ăn uống gì chưa?

Trung nói thầm vào tai Duyên.

- Bác trai với con rể tương lai coi bộ hợp nhau ghê!

Duyên đi lên lầu thay áo. Còn lại với bà cụ trong bếp, Trung nghe bà bắt đầu kể lể.

- Nhà có mỗi đứa con, cháu biết là vợ chồng bác lo cho nó lắm. Con gái hai mươi mấy tuổi đầu mà còn lông bông, sống xa gia đình một mình, không lo sao được.

Trung thú thật.

- Chắc Duyên đã nói với bác là chúng cháu tính chuyện lâu dài mà coi bộ bác trai không hài lòng. Cháu đành nhờ bác một tay trong vụ này, nhờ bác nói hộ với bác trai vài tiếng. Cháu biết chuyện Hoàng nữa, cháu thì không đời nào có nhiều tiền như Hoàng được nhưng chúng cháu rất thương nhau. Trăm sự nhờ bác.

Bà thở dài.

- Bố con Duyên cứng lắm, một khi đã quyết định rồi thì khó mà làm ông ấy đổi ý. Ông rất ưng cháu Hoàng, lúc nào mà ông chẳng nói với bác ước mộng của ông về già là thấy Duyên làm vợ Hoàng. Nhưng bác sẽ nói hộ cho hai đứa, bác không muốn thấy Duyên nó buồn. Mộng của bác là thấy nó yên bề gia thất, về ở gần cha mẹ, cho bác vài đứa cháu. Vậy mà nó bỏ đi họa chăng một năm về một lần, hai bác già thế này vẫn còn chờ còn mong.

Nhìn thân hình gầy gò của bà cụ đi lên lầu, Trung thấy mủi lòng trước tình cảnh già vắng con không cháu của bà. Ngồi một mình trong bếp, Trung ngẫm nghĩ lại, trong bụng chắc chắn là Duyên sẽ cãi cha để làm vợ mình và ông sẽ giận vô cùng đến độ có thể từ con. Đó là điều Trung không muốn xảy ra vì luôn ước ao được một hôn nhân lý tưởng, gia đình hai bên vui vẻ với nhau, không xích mích, không giận hờn. Nếu cha Duyên nhất định không đổi ý thì Trung sẽ phải là người quyết định có tiến tới hay không.

"Chính mình sẽ phải can đảm đứng ra nhận trách nhiệm làm quyết định đó. Nếu mình hèn thì Duyên sẽ phải chọn lựa và sẽ phải sống với hậu quả của sự chọn lựa đó suốt đời".

Có tiếng ồn ào giọng hai người đàn ông ngoài cửa. Duyên và mẹ trên lầu đi xuống đón.

- Ông đi mua gì với thằng Hoàng vậy?

- Nó với tôi đi mua một cái máy cắt cỏ, cái cũ nó cũ quá, kéo mãi không nổ. Nhờ Hoàng lựa cho cái hiệu tốt dùng bền hơn, *Briggs Stratton* đấy. Hoàng nó nhất định đòi trả tiền, tôi cản mà không được. Máy hai trăm chứ không ít!

Tiếng Duyên reo lên.

- Còn anh Hoàng cầm gì vậy?

Hoàng đưa cho Duyên một túi giấy có tên một cửa tiệm quần áo lớn có tiếng là sang.

- Đây, anh tặng cái áo len, trời sắp lạnh rồi, ngay cả bên Cali.

Duyên lôi từ trong bị ra một hộp được gói cẩn thận, mở hộp cho thấy một cái áo len màu đỏ xẫm thật đẹp. Duyên cầm áo lên, ướm vào người và khen Hoàng.

- Anh khéo nhỉ, không những biết màu Duyên thích mà còn lựa đúng cỡ nữa, khen anh đấy. Nhưng áo anh mua cho em năm trước còn tốt, anh tiêu tiền phí quá!

Hoàng nói nhũn nhặn nhưng có ngụ ý.

- Đâu có bao nhiêu đâu. Anh không gần Duyên để lo thì chỉ có ít quà tặng, em nhận cho!

Duyên hôn lên má Hoàng cám ơn. Anh sung sướng ra mặt còn Duyên thì trông vui như một đứa trẻ được quà, mặt hí hửng ôm chặt chiếc áo len vào người. Người cha đứng cạnh vỗ vai Hoàng ra vẻ toại nguyện và hãnh diện còn bà mẹ cũng thấy vui lây nhưng bà tinh ý liếc mắt vào trong tìm Trung.

Tất cả những hình ảnh, những tiếng cười, lời nói ở phòng ngoài không lọt được qua mắt qua tai Trung đang đứng trong bếp nhìn qua khe cửa chứng kiến cảnh gia đình hạnh phúc. Trung thấy đau xót trong lòng không ít, không tránh được cảm tưởng là dù có yêu mình nhiều đến độ ăn ở với mình nhưng Duyên vẫn gần Hoàng hơn, thân hơn và thông cảm anh ta hơn.

"Mình thật không có chỗ đứng trong gia đình này, nếu chen vào chỉ gây xào xáo khổ đau nhất là cho bà mẹ. Bà sẽ đớn đau khi thấy cha con hục hặc với nhau, Duyên vì vậy sẽ tránh về nhà và bà sẽ buồn nhớ vô cùng".

Mới gặp mẹ Duyên nhưng Trung đã có cảm tình với bà vì bà làm nhớ lại hình ảnh của mẹ khi sinh thời. Trung lẻn đi vòng cửa bếp ra sau vườn đứng hút thuốc. Nhìn mặt trời đang lặn đàng xa tô một màu cam đỏ thẫm lên chân trời, Trung nhận ra đó là hướng Tây và chợt nhớ nhà, nghĩ đến Mai.

Trung trong lòng quyết định mai về Cali.

. . .

Duyên sững sờ nhìn Trung, một lúc sau mới nói được.

- Mai anh về rồi, mà tại sao?

- Ừ, anh phải về có việc nhà, quên bẵng đi, giờ mới nhớ, Trung nói láo nhưng cố ra mặt tỉnh.

Hai người đang nói chuyện gần bờ hồ lúc ban sáng.

Duyên lắc đầu.

- Em không tin anh, em biết có lý do khác, anh nói thật đi.

Trung biết nếu mình đưa ra bất cứ lý do gì có liên quan đến ông cụ hay Hoàng thì Duyên sẽ cãi là cái đó không quan hệ, là mình không nên bận tâm và mình sẽ đuối lý và sẽ ở lại. Nhưng Trung thật sự không có lý cớ cho việc về sớm nên ú ớ. Nhìn điệu bộ lúng túng của Trung, Duyên đâm nghi nhìn Trung trừng trừng rồi hạch.

- Em biết, anh về vì Mai.

Trung nghĩ, "Ừ nhỉ, tại sao không dùng Mai," bèn giả vờ gãi tai ngập ngừng giải thích.

- Đúng, anh phải về vì anh có hẹn với cô ta vẽ cho xong bức tranh đó ... chứ không phải như em nghĩ. Mai phải đi Âu Châu tuần tới, mà đi lâu nữa, nên phải làm ngay cho xong bức tranh đó cho rồi. Nhẽ ra anh phải nhớ chuyện này khi em rủ sang đây để mình đi ngày khác nhưng ...

Duyên buông Trung, bước lại gần băng ghế rồi ngồi xuống quay mặt đi chỗ khác. Cái lý do Trung đưa ra nghe thật vô lý và trẻ con, chỉ là một bức bình phong mỏng che đậy cho tâm tư thầm kín của Trung đối với Mai. Duyên quay lại, đôi mắt ngấn lệ nhưng giọng cương quyết.

- Anh Trung, em thật tình không biết tình cảm anh dành cho Mai mạnh đến mức nào, em biết anh thương em nhưng thế vẫn chưa đủ. Ngày nào còn hình bóng hay tư tưởng gì về Mai trong đầu anh thì anh không nên yêu em, và đó là cái anh cần suy nghĩ lại. Ngày mai anh về Cali rồi quyết định đi. Hoặc là anh theo Mai hoặc là của em hoàn toàn.

Hai người lái xe về nhà trong im lặng nặng nề.

~§~

~59~

BnKhôi

5

Về nhà thấy máy nhắn điện thoại chớp đèn đỏ, Trung bật lên nghe. Lời nhắn đầu của tên bạn nhà hàng Cá Heo vào buổi tối sau khi ra phi trường với Duyên.

"Khi nào về gọi tôi. Tôi có một mối rất khá cho cậu, coi bộ nhiều xìn lắm. Nhớ gọi lại."

Lời nhắn kế là của Mai cũng cùng ngày.

"Anh Trung, Mai biết anh đi tuần tới mới về nhưng phải kêu anh. Buồn quá, cô đơn quá, em cần người nói chuyện ... mà chuyện gì thì anh cũng biết. Mai xin lỗi anh vì cứ phiền anh chuyện này. Anh biết không, nghi vấn của Mai là sự thật. Buồn ghê! James đã thú nhận cái cô đó là người yêu cũ hồi trung học. Hai người gần lấy nhau lúc mới học xong nhưng không hiểu vì lý do gì thì thôi. Tình cờ gặp lại nhau bên này sau bao nhiêu năm, lửa tình xưa tưởng đã tắt nay bùng lên lại. James thú là một thời đã yêu cô này nhiều lắm. Ngồi nghe chồng em thú tội, mỗi lời thú như một lưỡi dao đâm vào tim mình. Đau sót ghê, nhưng Mai lại không thù ghét, không la hét mắng chồng mà chỉ khóc, khóc nhiều lắm. Khóc cho mình, khóc cho số phận mình. Thôi nói thế đủ

rồi, khi anh về Mai sẽ gọi anh. Xin lỗi đã kể lể nhiều làm anh phải nghe".

Lời nhắn thứ hai của Mai vào ngày hôm sau.

"Anh Trung, dĩ nhiên là anh chưa về, không biết anh đi chơi với ai có vui không, hay anh đi nghỉ hè với một cô nào nhiều diễm phúc. Mà trước hôm anh đi, anh cũng không nói là đi đâu, nhưng đó là chuyện của anh còn chuyện Mai thì vẫn vậy. James không bỏ đi tối nữa ... không biết là người ta đã đi chưa hay còn đây nhưng điều đó không quan trọng vì hình ảnh vẫn còn trong đầu óc chồng, tụi này không còn nói chuyện với nhau nữa. Khi nào thì anh về? Buồn quá."

Lời nhắn cuối vào buổi chiều hôm nay trước khi Trung về đến nhà.

"Anh Trung, chắc anh vẫn chưa về, nhớ gọi khi về đến nha vì Mai cần gặp anh. Không biết tại sao cứ phiền anh mãi, nhưng biết anh lo cho em nên cứ gọi, bắt đầu nhớ anh rồi".

Mấy chữ cuối thật nhẹ nhàng. Trung cầm điện thoại lên quay số nhà Mai. Tiếng chuông kêu cả chục lần mới có người nhắc máy.

- Hello, ai vậy? tiếng Mai mệt mỏi bên kia đầu giây.

- Trung đây, vừa mới về nghe lời nhắn của Mai nên gọi ngay.

Giọng bên kia đầu giây reo lên.

- Anh về rồi, mà sao sớm vậy, tưởng anh tuần tới mới về!

Trung ầm ừ nói láo.

- Thì có chuyện nên bỏ về sớm, James đâu?

- Anh ấy lại đi nữa rồi, không nói là đi đâu mà Mai cũng chẳng thèm hỏi.

- Rồi chuyện hai người ra sao?

- Chắc tụi em bỏ nhau. Sống như vậy chịu không nổi. Mai cần gặp anh, không có ai nói chuyện, mình cứ như muốn điên lên.

- Thì lại đây mình nói chuyện.

Giọng bên kia đầu dây nghe vui thêm.

- Được, để Mai đến ngay.

Đặt điện thoại xuống, Trung chợt thấy không ổn là đã mời Mai đến, để làm gì, rồi nghĩ lại lời nói của Duyên *"Ngày mai anh về Cali rồi quyết định đi".*

"Mình hãy còn là của Duyên mà, làm sao có thể quyết định nhanh thế," Trung đầu óc lúc này như tơ vò, không định được ai là người muốn mình, ai là người mình muốn.

Còn mệt mỏi đầu óc lẫn thể xác sau chuyến bay, Trung nằm xuống ghế dài rồi thiếp đi được một lúc thì cảm thấy như có ai đang vuốt ve mặt mình, từ từ mở mắt ra thấy Mai đang ngồi bên cạnh nhìn mình một cách dịu dàng. Phần Mai vội rút tay lại, có vẻ thẹn vì bị bắt gặp hành động của mình.

- Đến lâu chưa? Trung lồm cồm ngồi lên hỏi.

- Tại thấy cửa hé mở nên Mai tự tiện vào rồi thấy anh đang ngủ nên không muốn đánh thức. Anh mệt thì cứ nằm nghỉ đi.

Trung không nghe thấy Mai nói là về để hôm khác

đến, dường như nàng đã nhất định ở đây lâu để nói chuyện. Tối nay Mai không son phấn như thường lệ nhưng vẫn đẹp, đẹp một nét khác, một nét đẹp tự nhiên giản dị nhưng đượm nét buồn.

Cầm lấy tay Mai, Trung an ủi.

- Anh hy vọng là sóng gió giữa Mai và ông xã rồi sẽ qua đi, sẽ được giải quyết ổn thỏa để hai người vui, anh thật không biết làm gì được cho hai người.

- Còn hy vọng gì nữa anh, Mai đáp giọng chán nản, có hôm buồn quá mà không có anh để nói chuyện, đầu óc như điên lên được ...

Nói đến đây Mai đứng lên đi về cửa sổ nhìn mông lung ra phố trong đêm tối, một cái nhìn xa xăm như muốn để cho tất cả những u uất chất chứa trong lòng mình bay theo đi mất.

Tiếng chân lại gần rồi hơi thở nhè nhẹ của Trung lên trên cổ, Mai nói tiếp giọng gần như khóc.

- Em đi lang thang ngoài đường suốt ngày, có hôm ra ngồi ngoài bến tàu nhìn nước nhìn mây, nhìn mấy con chim bay mà thấy đời mình cũng như tụi nó, không biết bay về đâu. Ngoài anh ra em có quen biết ai đâu, cha mất chồng bỏ, không có ai hiểu được mình, thông cảm với mình. Cô đơn quá!

Trung đặt tay lên vai Mai xong xoay người nàng quay lại. Mặt hai người sát nhau, nhìn nhau thật sâu, thật lâu. Trung thấy trong mắt người con gái hình ảnh của chính mình, hình ảnh của một thanh niên si tình yêu hai người đàn bà một lúc, một sự dằng co bất phân mà sau cùng chỉ đem lại đau khổ cho những người trong cuộc. Trong khi đó Mai thấy trong mắt người thanh niên trước mặt mình hình ảnh một người đàn ông với một mối tình đắm đuối trong lặng câm, một mối tình nồng nhiệt đang bị kềm chế nhưng có thể nổ bùng lên bất cứ lúc nào.

Mai thì thào.

- Anh ... yêu em?

Trung nhắm mắt lại, khẽ gật đầu.

- Nào em có biết, em vô tình quá.

Trung hôn lên mái tóc dài hung thơm ngát rồi để môi mình trên đó nhẹ nhàng nói.

- Anh yêu em từ lâu nhưng em đã có chồng, anh không có quyền phá hạnh phúc của hai người nên phải tự kềm chế nhưng bây giờ thì khác.

Hai người ôm nhau thật lâu như muốn tận hưởng niềm hạnh phúc mới tìm được.

Tối hôm đó, Mai ngủ lại. Tấm thân kia mà Trung đã bao lần chiêm ngưỡng hằng ước mơ một ngày nào đó sẽ thuộc về mình đã thuộc về Trung đêm đó. Hai người yêu nhau như chưa yêu bao giờ, như muốn đêm kéo dài mãi và mặt trời mọc không mọc nữa.

. . .

Những tia nắng ban mai đầu tiên bắt đầu len lỏi vào trong nhà lúc Trung gượng ngồi dậy nhìn quanh căn phòng khách nơi hai người đã trải qua một đêm mặn nồng, cũng nơi mà Trung và Duyên đã nằm trong vòng tay nhau những ngày qua và trao nhau những lời thề thốt.

Mai còn ngủ thiếp bên cạnh, trên người chỉ có chiếc

áo ngủ đắp ngang bụng, một tay vắt ngay chân người tình. Hơi thở Mai đều và nhẹ nhàng, bộ ngực căng tròn phập phồng lên xuống đều đặn. Trung ngồi dạy say mê chiêm ngưỡng tấm thân ngọc ngà đó. Trung chưa bao giờ có dịp ngắm nhìn người Mai gần và kỹ như vậy. Khi vẽ thì cần để ý đến toàn diện đối tượng, từ mái tóc cho đến bàn chân, từ ánh mắt cho đến nụ cười, tất cả quy tụ lại làm một, còn lần làm tình với Mai tối hôm qua, hai người như điên cuồng ngụp lặn ôm chặt nhau để hai thân hình nhập vào nhau thành một.

Ý nghĩ vẽ giai nhân đang ngủ chợt đến, Trung vội đứng lên đi vào phòng vẽ đem giá và dụng cụ ra và bắt đầu ra tay. Trung say mê vẽ như bưng toàn thân người Mai từ dưới đất lên trên lớp vải không sót một phần gì.

Hai giờ đồng hồ sau thì tấm tranh hoàn tất. Mai vẫn còn ngủ say sưa trên sàn nhà còn Trung người vã mồ hôi. Lấy một tấm chăn mỏng đắp lên người Mai rồi để mặc giá vẽ đó, Trung khoác áo đi ra phố lại quán cà phê vỉa hè mua một tách.

Trong đầu Trung lúc này rối ren, dồn dập nhiều ý nghĩ lắm lúc mâu thuẫn, khó mà suy nghĩ sáng suốt được. Mọi việc xảy ra quá nhanh trong hai ba ngày qua. Trung thắc mắc không biết là Duyên bây giờ đang làm gì, nhất là đang nghĩ gì, đang cảm thấy gì trong suy tư của mình. Phần Mai thì có mặc cảm tội lỗi ngoại tình không sau khi ngủ với mình trong một lúc tuyệt vọng và và căm hờn chồng và nàng sẽ xử sự ra sao khi đầu óc tỉnh táo lại. Quá nhiều xáo trộn rắm rối, lựa chọn khó khăn đau đớn. Mệt mỏi Trung chôn mặt mình trong hai bàn tay, cố sắp xếp lại tư tưởng cho thứ tự. Một bàn tay ai đặt trên vai mình, Trung ngừng lên trông thấy Mai.

- Mua cho em ly cà phê sữa.

Trung kêu người chạy bàn. Hai người ngồi trong im lặng. Mai tư lự nhìn ra đường phố, bàn tay nắm lấy tay Trung. Một lúc sau quay một giọt nước mặt đọng ở đuôi mắt lăn xuống má.

- Em giờ đây tự nhiên thấy lạc lõng, làm như mình không thuộc vào một nơi nào cả, dằn vặt, hoang mang!

Trung nói cho Mai như tự nói cho chính mình.

- Anh biết em đang ở trong một tâm trạng rối ren, em đang phải đối phó với một quyết định khó khăn (ngập ngừng). Phần nào cũng là lỗi của anh. Đáng lẽ ra anh phải đóng vai một người anh hay ít ra là một người bạn để giúp em giải quyết nhưng anh lại đưa em vào một trường hợp khó xử, một con đường mà mình không biết sẽ đi đến đâu. Anh xin lỗi em.

Mai cười khổ sở.

- Anh Trung, mọi việc khởi sự là do em hết, bắt đầu từ chuyện gia đình em, rồi em cứ kêu cứ gọi anh mãi, đến nhà anh đòi ngủ lại. Chính em là người đã ... làm anh thú nhận lòng anh về em, đặt anh trước sự cám dỗ. Em mới là người có lỗi.

Trung cười gượng vui.

- Thì thôi lỗi cả hai người, mình không ngồi đây than khóc nữa, đi chơi đi.

Mai cười tán thành ngay, "Ừ! Tại sao mình phải khổ sở mãi, tìm được người muốn mình thì cứ hưởng".

. . .

Quốc lộ số 1 vắng xe như thường lệ, Trung phóng

xe về hướng Bắc. Mai quay kính xe xuống cho gió lùa vào để mái tóc tung bay trong gió rồi bật ghế xuống, khép hờ mắt, điệu bộ thoải mái, nụ cười vẫn còn trên môi.

- Em chỉ muốn mình cứ lái như vậy mãi, không cần biết đi về đâu.

Trung mỉm cười, mím môi, lên ga. Chiếc xe rú lên phóng nhào tới về trước, kim tốc độ lên hơn 150 cây số một giờ. Chiếc xe phóng vun vút trên quốc lộ ngoằn nghèo với những rừng thông bên phải và biển cả mênh mông bên trái.

Lái hơn được một giờ đồng hồ, Trung rẽ vào một con đường nhỏ đi lên trên một ngọn đồi trên đó có một quán ăn nhỏ nhìn xuống biển Thái Bình Dương.

Xe ngừng trước quán ăn. Để yên cho Mai ngủ trên ghế xe, Trung xuống đi lại ven đồi nhìn lên bầu trời xanh bao la ở trên nhìn xuống biển bát ngát bên dưới. Nơi đây thật yên tịnh, chỉ có tiếng sóng biển vỗ trên những ghềnh đá tiếng chim hải âu kêu gọi, thỉnh thoảng một vài người ra vào quán.

Mùi thuốc lá làm Mai nhảy mũi tỉnh dậy, xuống xe đi lại chỗ Trung đứng.

- Đây là đâu hả anh?

- Mình ngừng lại ăn cái gì đã. Mình đi được hơn một giờ rồi.

Hai người lựa một cái bàn ngoài sân, sát hàng rào để có được cái nhìn quang đãng ra cả một khung biển mênh mông. Cơn gió chiều thổi lên, trên ngọn đồi cao gió lộng hơn và lạnh hơn. Mai kéo áo lên sát cổ, Trung ôm nàng chặt hơn.

- Rồi mình đi về đâu hở anh? Mai thỏ thẻ hỏi.

Câu trả lời đến sau một lúc trầm ngâm.

- Em hỏi cuộc đi chơi này hay cuộc đời.

- Cả hai không phải là một sao anh, mình đi lâu đến đâu rồi cũng phải ngừng.

- Mai muốn ngừng chân tạm bợ hay vĩnh viễn?

- Em không biết. Còn anh thì sao?

Trung rít một hơi thuốc, lơ đãng nhìn ra biển.

- Tạm bợ hay vĩnh viễn gì cũng đem lại nhiều đau khổ hơn là hạnh phúc. Ít ra ngừng chân tạm bợ còn cho ta một lối thoát.

Giọng Mai xót xa.

- Vậy anh xem em là tạm bợ?

- Anh nghĩ cuộc đời mình cái gì cũng là tạm bợ, chỉ có chết là vĩnh viễn. Mình cứ ngừng đi rồi xem sao, rồi quyết định là tạm bợ lâu dài hay chỉ một chốc.

- Em muốn là tạm bợ lâu dài của anh.

Trung không trả lời, hai người lại trở về im lặng, mỗi người chìm đắm trong suy nghĩ riêng. Hình ảnh Duyên vui vẻ bên cạnh Hoàng trở lại, mấy ngày nay tuy gần Mai nhưng Trung vẫn nghĩ về người con gái mà chỉ mấy ngày trước mình muốn cưới làm vợ và xây dựng một gia đình êm ấm.

"Không biết sau khi mình bỏ đi Duyên đã nói sao cho gia đình biết về sự ra đi đột ngột của mình. Ông cha chắc hẳn là vui, cả nhà chắc ấm cúng lên hạnh phúc thêm. Hoàng hắn lại thăm mỗi ngày, tặng quà cáp để chứng tỏ tình yêu của mình. Mình thật sự không có chỗ đứng trong gia đình đó".

Trung thầm nghĩ vậy mà thấy nhói lên trong tim. Càng yêu Mai đắm đuối bao nhiêu thì Trung càng thương Duyên đậm đà bấy nhiêu. Trung hôn lên tóc Mai, ngửi mùi tóc thơm tho của người bên cạnh mà nhớ lại mùi tóc của người phương xa.

Tiếng đàn tây ban cầm nức nở điệu rumba từ trong đưa ra.

Hai người về đến nhà khi trời đã tối. Đường phố vắng hoe, những cửa tiệm đã đóng cửa. Vào trong Trung thấy máy nhắn điện thoại nhấp nháy đèn đỏ, biết có người đã kêu khi mình không có nhà để lại lời nhắn và đoan chắc đó là Duyên nhưng không muốn nghe bây giờ vì có Mai.

Cả hai đều thấy đói. Hai người lục tủ lạnh lấy thức ăn ra nấu. Nhìn Mai nấu cơm trong bếp, Trung thấy lại hình ảnh Duyên những ngày nàng ở đây chung với mình như hai vợ chồng, cùng chia nhau chén cơm miếng rau, ngủ chung giường thật đầm ấm. Trung thấy nao nao trong bụng, muốn bật máy nghe lời nhắn trên máy. Cơm được dọn lên, một bữa cơm đạm bạc nhưng hai người ăn thật ngon miệng.

Ăn xong, Trung làm một ấm trà đem ra phòng khách, hai người ngồi trên ghế dài gác chân lên nhau nhâm nhi nghe nhạc.

" ... Mắt nàng nhìn ra biển cả dưới cơn mưa.

Mộng nàng bay vút trên từng mây cao.

Trong chơi vơi mộng mị, nàng khóc thầm trong tim những giọt lệ đớn đau .. "

- Mắt Mai có mơ màng nhìn ra biển dưới cơn mưa không?

- Chỉ khi nào có anh đứng bên cạnh thôi, dù có ướt đi nữa.

Trung gật đầu và âu yếm hôn lên môi Mai.

- Cuộc đi chơi của mình hôm nay ngừng ở đây luôn phải không anh? Mai thỏ thẻ

Trung mỉm cười gật đầu.

- Ừ, cuộc đi chơi của mình hôm nay ngừng ở đây nhưng sẽ còn nhiều cuộc đi khác nữa.

- Nhưng rồi mình sẽ ngừng chân ở đâu.

- Anh thật tình không biết nhưng tại sao mình không sống từng ngày cho hiện tại, chuyện tương lai đến đâu thì đến.

Mai chợt thấy lo trong lòng khi nghe câu trả lời này, nàng đặt tách trà xuống bàn và ngồi xích lại gần Trung hơn, nằm dựa đầu trên ngực như sợ mất người tình mới mà hiện nay là chỗ nương tựa duy nhất.

" ... Người tình ơi, lắng nghe tiếng nói của anh trong tim em.

Hãy tha thứ những khổ đau anh đã gieo.

Anh sẽ luôn ở bên em, không bao giờ rời xa.

Lùa tay em trong tóc anh đi để anh thấy mặt trời trong mắt em ... "

Tối hôm đó trên giường Mai bắt Trung phải hứa là luôn yêu mình.

. . .

Ánh nắng chiếu lên trên giường làm Trung từ từ thức giấc với tay qua bên cạnh tìm Mai nhưng chỉ là một chỗ trống. Nghe có tiếng động bên ngoài, Trung đứng dậy xỏ quần bước ra thấy Mai đang đứng giữa phòng vẽ tay cầm bức tranh vẽ Duyên ngắm nghía thật lâu mà không biết có người đang đứng sau lưng quan sát mình. Khi Mai đem cất bức tranh vào chỗ cũ thì Trung vội trở vào phòng ngủ lên giường nằm giả vờ chưa thức.

Mai lên giường lay vai Trung đánh thức dậy.

- Hôm nay mình đi đâu chơi? Trung hỏi.

- Đâu cũng được anh, hay là mình đi dạo phố.

Một lúc sau, hai người khoác tay nhau đi bộ xuống phố. Đi nép vào Trung, Mai khẽ hỏi.

- Anh mới mướn một cô người mẫu?

Trung trả lời chậm rãi.

- Để lát anh kể cho em chuyện cô người mẫu đó, cũng như anh đã kể cho cô đó về em.

Mai bấu chặt tay Trung dặn trước.

- Anh phải kể hết sự thật đó.

- Ừ, anh sẽ kể hết.

Trung định sẽ kể hết cho Mai về Duyên ngoại trừ

một điều đó là hy vọng mong manh trong đầu là Duyên sẽ trở lại và nói là đã thuyết phục được gia đình ưng chịu. Cho đến lúc này Trung biết trong thực tế nếu mình thật sự phấn đấu thì sẽ được Duyên vì chỉ cần hứa là sẽ hoàn toàn quên Mai. Tuy nhiên chỉ cần hình dung ra hình ảnh nhà Duyên hạnh phúc bị rạn nứt vì mình làm Trung chùn bước. Hơn nữa, khi mặn nồng của thuở ban đầu qua đi, hai người sẽ phải đối phó với cuộc sống thực tế và sẽ không được thoải mái bằng trong trường hợp Duyên lấy Hoàng. Người đàn bà nào rồi cũng muốn có con, Trung với cái nghề họa sĩ nghèo không thể bảo đảm được cho gia đình một cuộc sống đầy đủ, sống độc thân thì sao cũng được nhưng có vợ có con thì khác.

- Mình vào đây đi anh, Mai chỉ vào một quán cà phê nhỏ ở góc đường trong bóng mát dưới những cây cổ thụ to lớn.

Sau khi lựa bàn, Trung bắt đầu kể về Duyên.

- Anh gặp cô ta do bạn của bà chị giới thiệu, quen nhau được hơn một tháng nay.

Mai ngắt lời.

- Hơn một tháng nay, tức là ngay sau ngày anh vẽ em sau vườn.

Trung gật gù rồi kể tiếp.

- Tụi anh thương nhau dữ dội cũng như mình bây giờ vậy lại còn tính chuyện lấy nhau nữa nhưng khi qua gặp gia đình Duyên tuần trước thì anh thấy cha cô ta không thích anh. Ông cụ muốn con gái làm vợ Hoàng vì Hoàng là bác sĩ, có tiền..

- Hoàng là ai vậy?

- Anh chàng này là bạn học cũ từ Việt Nam, thương Duyên đã từ độ đó nhưng cô ta không chịu, chỉ xem như là bạn. Anh này du học y khoa bên Mỹ từ lâu, bây giờ thì làm y sĩ trưởng cấp cứu nhà thương công địa phương.

- Tội nghiệp cho anh chưa, họa sĩ nghèo phải cạnh tranh với bác sĩ trưởng khu?

Trung cười.

- Không chỉ vấn đề tiền bạc đâu mà còn nhiều lý do khác nữa. Năm 75 về, gia đình Duyên chạy qua Mỹ, chính tên này tự đứng ra lo cho gia đình Duyên mọi chuyện, từ tìm nơi ăn chốn ở cho đến giúp Duyên đi học lại đại học.

- Tức là anh ta tự đặt mình vào vị thế một người con rể hờ, Mai đưa ra nhận xét.

- Em nói rất đúng, lòng sốt sắng giúp đỡ của Hoàng làm cha mẹ Duyên rất cảm động rồi thấy mang ơn. Rồi sự qua lại thường xuyên của anh chàng làm ông bà càng thấy gần gũi, quen thuộc với hình ảnh trong gia đình mình, xem anh ta là một phần của gia đình, không thể chấp nhận được một người nào khác trong địa vị đó. Vì ở gần nhà gia đình Duyên, hễ ông bà cần gì là Hoàng chạy qua giúp ngay. Cứ mỗi cuối tuần là anh ta đến để ăn cơm tối với ông bà ... cứ như là củng cố địa vị của mình trong gia đình.

- Anh Trung, Mai không hiểu cái này, nếu anh thương cô Duyên gì đó mà cô ta cũng thích anh thì sao không lấy quách đi, thời bây giờ chứ đâu phải thời xưa ở Việt Nam đâu?

Trung lắc đầu giải thích.

- Anh biết Duyên yêu anh nhưng cô ấy lại thân Hoàng hơn, trong mấy ngày ở bên đó, anh đã thấy điều đó. Gia đình cô ta sẽ vui hơn nếu Hoàng và Duyên thành, phần anh thì không muốn gây xào xáo trong gia đình họ. Nếu lấy anh, Duyên và nhất là bà mẹ sẽ khổ.

- Nghĩa là anh muốn làm người quân tử, Mai hỏi cắc cớ, nhưng ... dường như ... còn có lý do nào khác sâu xa hơn.

Trung nhìn Mai ngần ngừ rồi đáp.

- Có! Em.

Mai ngẩn ngơ.

- Em không hiểu.

Trung bóp nhẹ bàn tay Mai.

- Vì anh đã yêu em trước.

Mai cảm động trước lời thú nhận đó dù trong lòng có linh cảm biết trước.

- Anh kể cho em nghe về bức tranh anh vẽ cô Duyên đi.

- Dường như cô ta cũng cảm được về tình cảm anh dành cho em. Một hôm lại nhà anh chơi và thấy bức tranh anh vẽ em ngồi trên bậc cấp sau vườn, cô ta đã lên cơn ghen.

- Và vì vậy cô ấy đã bắt anh vẽ, đúng không, em đã thấy bức tranh đó trong phòng vẽ.

- Đúng, nhưng khi anh vẽ Duyên, anh nghĩ về em.

Mai chớp mắt.

- Anh Trung, anh đã yêu em từ bao giờ?

- Từ lâu lắm rồi nhưng em là đàn bà có chồng, anh không làm gì được. Nhưng bây giờ ...

Trung bỏ lửng câu nói rồi kể tiếp.

- Và đó là điều anh đã nói cho Duyên và Duyên bắt anh phải quyết định. Anh bỏ về đây sớm mấy ngày, tối hôm đó em đến, mọi việc thay đổi nhanh chóng.

- Anh đã quyết định? Mai hỏi mà trong lòng thấy nao nao.

Trung quàng tay qua vai Mai kéo lại gần hơn và nói thầm vào tai.

- Anh đã quyết định. Có cần anh nói ra không?

Mai lắc đầu rồi đứng lên đi về chiếc điện thoại công cộng bỏ tiền vào và quay số. Một lát sau Mai trở về bàn nói là James không có nhà.

- Em muốn về nhà lấy một ít thứ cần dùng.

- Em gọi về tiệm chưa?

- Có, cô thư ký nói là từ sáng đến giờ không thấy James mà anh ấy cũng chả để lời nhắn hay gọi vào. Mấy ngày nay ở lại với anh, em không biết là anh ấy có về hay không hay là ... lại ở nhà người ta ... cũng như em. Anh ngồi đây đi, để em về nhà một mình rồi trở lại ngay.

Không chờ Trung trả lời, Mai vẫy tay kêu một chiếc taxi cũng vừa đúng lúc chạy ngang. Trung ngồi tần ngần nhìn theo.

Mai về thấy nhà vắng tanh lạnh lẽo. Một mảnh giấy ai viết để lại trên bàn ăn.

"Mai,

Anh không thể để tình trạng này kéo dài được nữa, vừa bất công cho em vừa làm khổ cho chúng mình. Anh đã thú nhận với em Helen là người yêu cũ của anh. Khi mới gặp lại nàng, tình cảm tưởng đã chết nay bùng lên làm anh bị giao động. Helen vẫn còn yêu anh nhưng chắc điều đó đối với em không hệ trọng, cái em muốn biết là anh còn yêu em không? Anh xin trả lời là vẫn còn yêu em rất nhiều. Trạng thái hoang mang buộc anh phải đi xa vài ngày để suy ngẫm lại, anh đi một mình. Sẽ nói chuyện với em sau.

Yêu em, James"

Mai buông lá thơ rớt xuống đất, đi vào phòng ngủ xếp một số vật dụng tùy thân và quần áo vào túi xách. Ra đến cửa, Mai quay lại nhìn căn phòng một lúc, ngần ngừ trở vào bếp và viết vội vài hàng cho chồng.

"James,

Em về để lấy một vài thứ rồi cũng đi lánh để tự vấn lòng mình. Em vẫn nghĩ là anh vẫn còn yêu em và vì vậy em cũng chưa dứt khoát. Em không muốn nghĩ là mình đã mất nhau.

Khi trở lại quán, Mai thấy Trung vẫn còn ngồi đó. Nhìn thấy túi xách nhỏ, Trung đùa.

- Va li đâu? Chắc em không ở với anh lâu.

Mai kể cho Trung nghe về lá thư của James và lá thư mình viết cho chồng.

- Anh nghĩ giữa hai người còn nhiều cơ hội để hàn gắn. Anh thành thật khuyên em nên cố gắng quên đi những gì xảy ra trong mấy ngày qua.

Mai cho Trung một cái nhìn thật buồn.

- Anh chán em rồi chăng?

Trung hoảng lên.

- Đâu có, tại sao em lại nói vậy, anh chỉ thật sự muốn thấy em được hạnh phúc, thế thôi.

Cái nhìn đầy nghi ngờ trong mắt Mai cho Trung thấy khó mà giải thích làm sao cho nàng tin mình được nhất là sau khi đã nghe về Duyên. Hẳn Mai cho là mình trong thâm tâm còn vương vấn với Duyên rất đậm và chỉ dùng nàng như một lối thoát tạm bợ.

- Làm sao em có thể nói vậy được, em biết là anh đã yêu em từ lâu, anh đâu phải là loại đàn ông chỉ thích chinh phục được đàn bà rồi bỏ chạy sau đi đã thỏa mãn xác thịt. Anh chỉ thỏa mãn khi được em vĩnh viễn.

- Em xin lỗi anh, em không có ý nói vậy, tại vì tự nhiên em cảm thấy lo sợ.

Trung cố gắng giải thích thêm rất thành thật.

- Nói đúng ra, mọi người chúng ta ngay bây giờ đều có vấn đề, em thấy không?

- Đúng, James, anh, em và Duyên và vấn đề đó là mình phải đi đến chỗ chọn lựa. James còn đang chọn lựa giữa em và Helen, Duyên còn phải chọn anh hoặc Hoàng, em phải quyết định là anh hay James và chính anh nữa ...

- Anh sao? Trung hỏi mà trong lòng hồi hộp.

- Anh phải quyết định là em hay Duyên?

Mộ câu hỏi hóc búa vì nó đánh trúng tim đen. Mai không muốn dồn Trung vào chỗ bí nhưng nàng cảm thấy đau nhói trong tim. Sự đau khổ đang dằn vặt nàng nhiều không những là Trung chưa dứt khoát được với Duyên mà là chính là nàng chưa đi đến được một lựa chọn dứt khoát. Thật nhiều rối rắm. Càng nghĩ đến càng thấy bế tắc.

Trung đứng lên nói.

- Thôi mình đi ra khỏi chỗ này.

Mai tán thành ngay.

. . .

Suốt ngày bên cạnh nhau, hai người thật ít nói, dường như ai cũng theo đuổi riêng ý nghĩ của mình. Cuộc đi chơi tưởng mang lại được tí nào thanh thản cho tâm hồn thật ra chỉ làm cho họ thấy dằn vặt hơn.

Để mặc Mai ngồi một mình trên bãi cát, Trung thọc tay trong túi quần lững thững đi dọc theo bờ biển, nhìn xa xăm ra khơi, chân cứ bước đi mãi một đỗi rồi mới trở lại thấy Mai ngồi dựa khép vào bờ núi như tránh cơn gió lạnh đang thổi đến, dáng điệu trông thật tội nghiệp, tóc bị gió thổi tung trông xác xơ, đôi vai co lên, hai tay kéo vạt áo che người cho ấm. Mai ho khúng khắng, Trung lại gần mà cũng không biết.

Trung ngồi xuống cạnh choàng tay qua vai.

- Em lạnh?

Mai chỉ gật đầu, mặt vẫn cúi gằm xuống. Biết Mai đang khóc, Trung động lòng, tự trách mình vô tình ích kỷ, chỉ biết tự giam mình trong tâm tư riêng.

- Ở đây lạnh quá, mình về thôi, Mai đòi.

Hai người dìu nhau đi ra xe. Trên xe, Mai gục mặt trong tay bật khóc, đôi vai rung rung, giọng nức nở nói tiếng mất tiếng còn.

- Em không biết làm sao đây, em không muốn làm anh buồn nhưng sao em có mặc cảm tội lỗi là đã phản bội James. Em biết là anh yêu em, có lẽ từ lâu rồi, và em cũng bắt đầu yêu lại nhưng làm sao ấy.

Trung vỗ về.

- Anh biết, làm sao em có thể dứt tình với người em đã ăn ở chung mấy năm qua, con người có tình cảm, dù tình cảm ấy bị phản bội, nó không thể phai một sớm một chiều. Anh sẽ buồn vô ngần nếu em rời anh nhưng anh không thể ích kỷ bắt em phải sống với một lương tâm cắn rứt, một tâm trạng chơi vơi vì không dứt khoát. Nếu em và James hàn gắn lại được, anh sẽ mừng cho em.

Mai khóc nhiều hơn. Sau những giây phút nồng nàn ban đầu trao cho Trung, Mai bây giờ nhận ra là mình đang ở trong một tình trạng khó xử. Nếu chồng hối hận và muốn hàn gắn, về với James sẽ làm tan nát mối tình của Trung ấp ủ từ bao lâu nay trong khi chính mình là người đánh thức dậy mối tình đó nay nỡ nào lại dập đi. Nhưng nếu ở lại với tình nhân thì thật tội nghiệp cho chồng, dầu gì đi chăng nữa đã là vợ chồng đầu ấp ta gối bao năm qua. Mai cảm thấy khổ sở vô cùng, thấy mình như bị dồn vào góc tường.

- Anh đưa em về nhà em đi.

Về đến nhà, Mai xuống xe đi thẳng vào trong không một tiếng chào. Phần Trung về đến nhà được một lúc thì có tiếng gõ cửa.

James đến.

- Xin lỗi bạn, tôi biết đã khuya nhưng cần nói

chuyện, tôi vào được không?

Rồi không chờ câu trả lời, James đi thẳng vào phòng khách. Trung biết thừa là hắn đến để nói chuyện gì, quan sát kỹ người chồng của tình nhân mình. Hắn tối nay trông khác hẳn những lần gặp trước kia. Từ một thanh niên trẻ đẹp, tráng kiện, hắn bây giờ trông hết sức thảm não, quần áo xốc xếch, tóc tai bơ phờ.

- Tôi đến vì cần nói chuyện về vợ tôi. Cô ấy đi đâu suốt ngày tôi tìm không ra ... tôi nghĩ là có đến đây vì, nói thật, giữa chúng tôi có chuyện buồn và ngoài anh ra, vợ tôi không biết ai khác để nói chuyện.

- Đúng, vợ anh có đến đây và đã khóc với tôi về chuyện anh ... có bồ.

- Vợ tôi nói đúng, và đó là lý do chúng tôi lục đục cả tuần nay.

Muốn biết thêm sự thật, Trung vờ không biết gì về chuyện hai người.

- Vợ anh chỉ nói với tôi thế thôi, tôi khuyên cô ta nên về nhà để hai vợ chồng hàn gắn lại, tôi thật không biết chuyện đó ra sao mà cô giận nhiều lắm đó.

James thuật lại đúng như những gì mà Mai đã kể nhưng thêm.

- Gia đình Helen vốn đã không thích tôi vì gia đình tôi nghèo và thất học. Họ nghĩ tôi không xứng với con gái họ và họ rất lo vì cô ấy nhất quyết muốn lấy tôi. Sau đó cả gia đình dọn đi tiểu bang khác, tôi không biết có phải vì mình không. Helen nói cho tôi biết là cha muốn gửi cho đi học tại một đại học nổi tiếng và đắt tiền, khi ra trường mong sẽ gặp một người đàn ông xứng đáng hơn, giàu hơn. Tôi vì tự ái không thèm liên lạc, sau nhiều năm chúng tôi mất tin tức nhau nhưng tôi vẫn luôn yêu Helen.

Trung thấy tình cảnh của chồng Mai không khác gì mình mấy, đâm tội nghiệp cho hắn ngay.

- Nếu anh vẫn còn yêu người xưa thì làm sao yêu vợ được.

- Không, tôi yêu vợ tôi thật tình, James cãi, sự thật là hình bóng Helen vẫn còn trong tim óc tôi nhưng tôi sẽ cố gắng quên, tôi tin chắc sẽ làm được. Trung, anh có bao giờ yêu hai người đàn bà một lúc chưa?

Trung thấy đau nhói trong lòng nhưng nói dối.

- Chưa bao giờ.

- Vậy thì làm sao hiểu nổi tình cảnh của tôi? James hỏi vặn.

Trung lặng thinh.

- Có rượu không cho tôi xin một ly.

- Lúc này mà đòi rượu, tôi nghĩ anh nên về xin lỗi vợ đi. Tôi tin chắc Mai sẽ làm lành nếu anh chịu khó năn nỉ, nói ngọt.

James đứng lên vẻ mặt quả quyết nói.

- Đúng, tôi sẽ về xin lỗi, tôi sẽ hứa là chỉ yêu vợ và tôi sẽ chiến thắng được con tim của vợ tôi .. một lần nữa.

James vừa đi khuất, Trung lập tức điện thoại cho Mai.

- Alô! Anh đây. Nghe kỹ này. Chồng em mới đến đây tìm em. Anh ấy thú với anh những gì em đã kể cho anh. Anh ta bây giờ trên đường về nhà để xin lỗi em. Anh nói là em có đến đây và mình nói chuyện ... thế thôi ... không có gì khác.

Trung ngập ngừng rồi nói tiếp.

- Anh nghĩ Mai nên hàn gắn với chồng.

Im lặng bên kia đầu dây một lúc rồi tiếng Mai.

- Còn mình thì sao?

- Anh sẽ luôn yêu và nhớ Mai, làm sao quên được hả em?

- Cám ơn anh, em cũng sẽ không bao giờ quên anh và những giây phút hạnh phúc của mình dù ngắn ngủi. Em yêu anh.

Gác máy điện thoại, Trung thẫn thờ ngồi xuống. Trong nhà thật yên tịnh, chỉ có tiếng thở dài nhè nhẹ của người duy nhất ở đó. Trung đưa tay lấy chai rượu trên bàn đưa lên tu ừng ực, rượu chảy xuống cổ ướt cả áo. Trung nhấn nút máy nhạc, tiếng kèn saxophone sắc bén như lưỡi dao xoáy, rồi giọng hát não nùng trong một bài tình ca buồn.

Còn gì nữa đâu mà bảo nhau đợi chờ, tình em vút sâu cho đến muôn đời sau. Còn gì nữa đâu mà quen nhau hẹn hò tình như vó câu một bước trăm ngàn sầu ...

Chai rượu đã cạn, Trung đứng lên thọc tay trong túi quần đi lại trong phòng rồi chợt nhớ cú điện thoại của Duyên, lại máy nhắn bật lên.

Giọng Duyên nghẹn ngào.

Anh Trung, em chờ anh mấy ngày nay mà sao anh không gọi em, hoặc anh đã quyết định và ngại không muốn cho em biết, không muốn làm em buồn. Nhưng anh có biết đâu chờ đợi anh gọi còn làm em buồn hơn. Anh Trung, dường như số em không may mắn trong tình yêu. Gặp anh em cứ ngỡ sẽ thành, sẽ được yêu, sẽ không phải tranh giành với ai, nhưng có ngờ đâu, hả anh. Anh nói đúng, yêu anh chỉ làm em khổ, cô đơn còn hơn lúc trước khi gặp anh. Em chúc anh và Mai toại nguyện. Phần em, em đã nói với bố mẹ là sẽ làm vợ Hoàng. Anh không thể tưởng tượng được hai người đã vui vô ngần. Em cũng vui là mình báo hiếu được cho cha mẹ. Em sẽ cố quên anh dù rất khó khăn. Những tháng ngày mình vui với nhau rồi cũng chỉ là kỷ niệm thôi. Chúc anh hạnh phúc.

Trung thẫn thờ ngồi xuống, nhấn nút máy để nghe lại lời nhắn Duyên một lần nữa, rồi một lần nữa như không tin đó là sự thật. Trung đi qua phòng vẽ. Gần thành cửa sổ là bức tranh Duyên hãy còn trên giá vẽ. Trung tiến lại nhìn bức tranh thật lâu xong cầm tấm tranh Mai từ trong góc phòng đặt lên một giá vẽ khác bên cạnh. Trung lùi lại vài bước rồi ngắm cả hai. Hai bức tranh vẽ hai người đàn bà khác nhau của một tình yêu tuyệt vọng với nhiều khổ đau. Hai người đàn bà trong tranh trông như đang nhìn người họa sĩ để nói lên một điều gì.

"Anh cũng yêu em", Trung thì thầm rồi chụp chùm chìa khóa xe trên bàn bước ra khỏi nhà lên xe đi.

~§~

6

Ba giờ sáng. Đường phố vắng tanh. Xe phóng thật nhanh trên quốc lộ 1 về hướng Nam. Trung trong đầu óc hoàn toàn rối bù không biết đi đâu, cứ lái như vậy hàng mấy giờ đồng hồ.

Một lúc sau mệt mỏi vô cùng, Trung thấy trong ánh đèn xe một ngõ rẽ nhỏ trước mặt vội quay đầu xe vào, tắt máy và gục trên tay lái ngủ thiếp đi không biết được bao lâu. Khi thức dậy thì mặt trời đã mọc, ánh nắng ban mai loang loáng trên mặt biển làm chói mắt. Xung quanh không một bóng người, chỉ những đồng cỏ chạy thẳng tắp từ xa lộ ra đến ghềnh đá rồi dưới đó là bãi biển cát vàng không một dấu chân người, thỉnh thoảng có vài con chim biển đáp xuống rồi lại cất cánh bay đi. Những cơn sóng vỗ nhẹ lên bãi cát đem lại một cảm giác thật yên tịnh. Bỏ mặc xe đó, Trung lững thững đi chân đất xuống bãi biển, đến ngồi xuống trên một khúc cây không biết ai đốn xuống hay trôi giạt từ đâu đến, thọc tay vào túi móc bao thuốc và châm một điếu. Mùi khói thuốc thơm quyện vào trong không khí lạnh sáng sớm làm Trung tỉnh ngủ. Từ xa xa, những làn sóng dịu dàng đánh vào bờ.

"Không biết giờ này Mai đang làm gì, chắc đã hàn gắn với chồng rồi sau đó hai vợ chồng yêu nhau cuồng nhiệt như với mình chỉ mới hôm qua. Còn Duyên thì sao?"

Trung mường tượng cảnh một gia đình hạnh phúc. Mọi người phải là đang ngồi xung quanh bàn cơm bàn chuyện đám cưới Duyên Hoàng. Trung trách mình đã quá yếu đuối không tranh đấu cho mình để bây giờ phải buồn. Rồi những giây phút êm đềm bên cạnh Duyên và Mai, những lần yêu đương nồng nàn, những lời yêu thương thề thốt trao cho nhau, những giây phút mặn nồng, những hy vọng cho một tương lai chung sống hạnh phúc ... tất cả trở lại trong đầu óc như để ám ảnh, để dằn vặt.

Chìm đắm trong sự tĩnh mịch của ban mai và biển cả bát ngát, Trung cảm thấy trống vắng vô cùng. Sự trống vắng trong tâm hồn như một cụm mây khổng lồ đưa lên cao bay về một nơi khác.

"Mình phải ra đi khỏi chốn này", Trung quyết định vậy.

Trung quay đầu xe lái đại ra xa lộ không theo một hướng nào nhất định nhưng đi được một đỗi thì nhận ra mình không xa nhà hàng của người bạn rồi nhớ lại lời nhắn điện thoại của hắn bèn quyết định ghé vào.

Trong lúc chán nản như bây giờ, Trung thấy cần làm một cái gì cho giải khuây. Độ hai mươi phút sau, xe lăn bánh vào bãi đậu xe trước nhà hàng Cá Heo. Bãi đậu xe vắng hoe vì chưa phải giờ mở cửa. Người bạn chủ nhà hàng đã thấy từ bên trong, hắn bước ra đón.

- Cứ tưởng cậu không thèm trả lời tôi cái vụ mối vẽ chứ. Ủa, sao hôm nay đi một mình mà sáng sớm đã đến rồi, cậu biết tụi tôi không làm điểm tâm mà ... mà hồi đó thấy cậu lại đây với một nàng nào xinh lắm.

- Hỏng rồi, Trung trả lời giọng chán nản, cũng chỉ vì mấy bức tranh này, chỉ bức tranh Mai treo trên tường giữa phòng ăn chính.

Người bạn gật gù ra vẻ hiểu và thông cảm, hắn vỗ về.

- Thôi, đừng buồn, ra kia ngồi đi, để tôi vào trong làm vài trái trứng mang lại mình vừa ăn vừa nói chuyện.

Nhìn Trung thất thểu đi lên sân thượng, hắn lắc đầu mặt ra vẻ thương hại. Một lúc sau, chính hắn tự tay đem lên hai dĩa thức ăn.

- Ăn đi rồi kể cho tôi nghe.

Hai người ăn trong im lặng. Ăn gần xong, Trung lau miệng xong giải thích.

- Người con gái đó sắp đi lấy chồng, và dĩ nhiên người đàn ông có phúc đó không phải là tôi.

- Cãi nhau?

- Không, đại khái là hiểu lầm và ghen nhưng chuyện dài giòng lắm, e cậu không có đủ thì giờ ngồi đây nghe tôi kể lể, nói tóm tắt, tôi chán cái xứ này rồi, muốn đi đâu thật xa.

Người bạn không nói gì, hắn vuốt cằm, gật gù một lúc rồi thốt.

- Vậy định đi bao xa, định làm gì?

- Đi đâu cũng được, làm gì cũng được, như là rửa

chén nhà hàng, làm cu-li quét đường. Tôi đã sắp sẵn va li trong xe.

Người bạn phá lên cười.

- Họa sĩ đi làm lao động. Nghe buồn cười thật. Thôi, để tôi nói về cái mối mới tôi tìm được cho cậu, chỗ này tốt lắm. Chỉ cái là xa, cố lên đó làm cho quên, xong rồi về lại.

- Tốt, đúng lúc tôi cũng đang cần tiền. Dạo này cạn túi, không tìm được mối nào.

Người bạn uống cạn tách cà phê rồi giải thích.

- Số là tôi quen một tên chủ hãng rượu ở một tỉnh nhỏ mạn Bắc, cách đây hơn ba giờ lái xe. Tên này gốc người Ý, tên Morieli, có một hãng rượu nhỏ thôi nhưng đang lên và thu nhập khá. Hắn bán sỉ rượu cho mấy nhà hàng và các đại lý. Hôm nọ nói chuyện với hắn thì tôi được biết là hắn muốn bành trướng công ty, trang trí lại cho hãng một bộ mặt mới. Vì vậy hắn đang tìm một họa sĩ vẽ vài bức tranh và trang trí lại hãng rượu. Sao, cậu thấy được không, nếu chịu thì tôi kêu hắn.

- Nhưng ông bạn đó có biết tôi là ai, có tài cán gì mà mướn, Trung thắc mắc, nhất là tôi biết gì về trang trí nội thất.

- Sao lại không, người bạn đáp một cách chắc chắn, hắn lại đây nhiều lần giao rượu, ăn nhậu với vợ chồng tôi, hắn rất thích mấy bức tranh cậu vẽ mà tôi treo trong phòng ăn. Hắn còn đòi mua lại nhưng tôi không chịu. Hắn đã có người lo vụ trang hoàng bên trong và chính người đó nói cần thêm tranh treo. Tôi thật không rõ vụ cậu thất tình ra sao, ngã nặng thế nào nhưng việc làm này rất tốt, dù không đang thất tình cậu cũng nên nhận.

Trung trầm ngâm.

- Nghe cũng được, thế là lại phải lo vụ nhà cửa.

- Khỏi lo, tụi tôi có một căn nhà nghỉ hè trên đó, không miễn phí đâu nhưng rẻ, chịu không?

- Được, vậy nhờ cậu chịu khó nói giùm tên chủ hãng rượu là tôi nhận lời.

Người bạn đứng lên đi vào phòng ăn dùng điện thoại gọi xong một lúc sau trở lại nói.

- Xong rồi, hắn nói ngày kia đi lại gặp hắn đặng nói chuyện. *Good luck!*

Trung nâng ly lên.

- Cám ơn nhiều. Bây giờ tôi về cho bà chị hay rồi sắp xếp xong đi ngay hôm nay. Đưa tôi chìa khóa cái nhà trên đó đi.

Về đến nhà, Trung dọn dẹp nhà cửa, xếp quần áo vào va-li và các thứ lặt vặt vào trong mấy cái thùng giấy. Lúc thấy mấy bức tranh Duyên và Mai, Trung chặc lưỡi rồi cẩn thận cho vào bao đem ra xe xong lấy điện thoại gọi cho Tâm nói cần gặp có chuyện quan trọng.

Đến gặp chị, Trung giải thích hết về vụ Duyên và quyết định đi làm xa của mình nhưng lại dấu nhẹm về vụ Mai, sợ bị chị trách là đi yêu đàn bà đã có chồng để làm hỏng chuyện.

Ái ngại nhìn em, Tâm bảo.

- Em có chắc lên đó là quên được không, em chạy trốn chuyện tình cảm trong việc làm thì cần gì đi xa, thiếu gì việc ở đây. Để quên, mình cần khoảng cách tinh thần hơn là khoảng cách không gian.

Trung ngại giải thích là ở đây có quá nhiều kỷ niệm, quá nhiều ký ức, không thể dễ dàng quên được. Chỉ cần ngồi trong nhà là đã thấy quá nhiều kỷ niệm, từ những giây phút yêu đương nóng bỏng trong nhà cho đến những lần say mê vẽ Mai và Duyên dưới vườn hoa, từ những bữa cơm thân mật như đã là vợ chồng cho đến những giây phút nói chuyện đằm thắm bên nhau. Không tiện giải thích.

- Thôi em đi, không có gì đáng kể cho chị nghe.

Tâm dặn.

- Còn chuyện nữa Trung, chị và anh Quang định làm đám cưới sớm, liệu thu xếp về nhe.

Trung gật đầu xong lên xe phóng đi. Tâm đứng nhìn chiếc xe biến mất trong đám bụi mù rồi đi vào nhà lấy điện thoại gọi cho Liên.

Lái được vài giờ, Trung đi ngang qua cái quán nhỏ trên đồi mà đã đến với Mai mới chiều hôm nọ, buổi chiều mà Mai hỏi khi nào cuộc đi chơi sẽ ngừng. Trung những tưởng sẽ tìm được một nơi dừng chân lâu dài cho hai người nhưng rồi tất cả chỉ là ảo tưởng.

Buổi chiều đến Jenner, Trung ghé vào quán Cửa Biển nghỉ chân. Ngồi trầm ngâm trước ly cà phê nhìn xa xăm ra biển dưới cơn nắng chiều, Trung nhủ thầm, "Lần này rũ bỏ hết, chạy trốn hết. Tại sao mình lại theo đuổi ảo ảnh để chỉ khổ. Lần này, mình sẽ dồn hết tâm trí vào đam mê hội họa, chỉ lo làm tiền gây vốn mở một xưởng vẽ, một phòng triển lãm, sẽ ở trên đó luôn".

Với thái độ cương quyết, Trung dụi điếu thuốc tắt ngúm, rời quán lên xe đi chặng đường cuối lên mạn Bắc.

. . .

Việc Trung phải làm trước tiên khi lên đến nơi là tìm căn nhà của người bạn. Sau khi đi lạc mấy lần, Trung mới tìm ra được căn nhà "bí hiểm" nằm tuốt phía sau một con rừng nhỏ nhưng vô cùng rậm rạp.

Người bạn cho hay trước là căn nhà trước đây thường được cho mướn làm nơi nghỉ hè nhưng bỏ trống thời gian gần đây vì cần được tu trang lại bởi có vài chỗ bị hư hỏng. Quá bận bịu với việc làm nhà hàng, hai vợ chồng không có thời giờ lên đây coi sóc sửa sang.

Trong nhà mùi mốc thếch xông lên thật nồng, một chứng tích cho sự bỏ hoang. Bật đèn lên, Trung đi vào trong phòng khách. Đây là một căn phòng nhỏ, bàn ghế đồ đạc hỗn độn, dưới đất còn nhiều tấm vải to như để che thảm khi sơn nhà. Quả là nhà đang được sơn rồi bỏ dở vì có vách trông như có lớp sơn mới trong khi những vách khác cũ mềm với nhiều vết sơn bóc lở. Trung bật đèn bếp, trong bồn rửa chén còn vài chén dĩa dơ chưa rửa nằm lỏng chỏng. Sau khi khuân đồ vào phòng ngủ, Trung vào lại trong bếp mở tủ lạnh, thấy một chai rượu đỏ uống dở, mở nút ngửi rồi tu một ngụm.

Sáng hôm sau Trung dậy bắt đầu làm công việc mà bản thân rất ghét, dọn dẹp, lau chùi và sắp xếp. Cả một buổi sáng qua đi, căn nhà có được một bộ mặt mới, khang trang. Đến lúc này Trung mới có dịp nghỉ tay và quyết định đi dạo xung quanh nhà quan sát một lúc trước khi điện thoại cho người chủ hãng rượu.

Căn nhà nằm sau một cánh rừng, khu này nhà cửa thưa thớt, căn nhà gần nhất cũng phải xa đến cả trăm thước. Dường như mấy căn nhà trong khu này dùng chung một con đường đất nhỏ chạy từ đường cái tuốt vào trong và hình như còn đi xa nữa chứ không ngừng ở căn nhà cuối khu.

Tay thọc túi quần, Trung lững thững đi dọc theo con đường. Sau căn nhà cuối là một con đường đất dẫn ra một vực đá cao nhìn xuống biển. Bãi biển ở đây cát vàng không đẹp bằng những bãi biển cát trắng ở Nha Trang và Qui Nhơn mà Trung đã từng đi thăm. Ngoài biển là những ghềnh đá khổng lồ với cả một đàn hải cẩu đang nằm phơi nắng. Hải âu bay lượn trên trời cao, thỉnh thoảng đâm nhào xuống biển bắt cá. Cả một khu to như thế này mà chỉ có chừng vài căn nhà, hoàn toàn không thấy ai ra vào, chắc là nhà cho mướn nghỉ hè không có khách. Thật là yên tịnh, thích hợp cho công việc vẽ.

Mặt trời đã lên cao, nắng ban sáng bắt đầu hơi gay gắt dù đã vào thu. Nhìn đồng hồ tay chỉ mười giờ, Trung đứng lên đi về nhà dùng điện thoại kêu John Morieli. Tên chủ hãng rượu trả lời điện thoại bảo ba giờ trưa đến nói chuyện. Trung dọn dẹp nốt một căn phòng ngủ nhỏ mà bây giờ được dùng làm phòng vẽ xong lái xe ra thị xã vì muốn làm quen với nơi chốn mà mình sẽ ở trong vài tháng tới, hoặc là có thể suốt đời.

Cũng như các tỉnh lẻ khác, thị xã chỉ có một con đường chính với nhà hàng, quán ăn, các tiệm quần áo và các tiệm bán kỷ niệm thủ công.

Thành phố vắng người vì mùa hè đã qua hơn hai tuần trước, trên đường phố lác đác vài gia đình du khách, phần đông là những người già, trẻ con vắng bóng vì đã tựu trường. Trung lái xe dọc theo con đường chính để xem nó đưa mình đến đâu. Đường không dài, lái xe chậm nhưng chỉ cần đi hai ba phút là đã đến cuối đường. Đó là một khu tương đối rộng rãi với vài cửa tiệm và một quán ăn nhỏ. Biển chỉ cách cuối đường độ trăm thước.

Trung đậu xe trong một bãi lớn rồi tản bộ theo các con lộ nhỏ sau con đường chính. Những cụm hoa con xinh xinh nhiều màu dọc theo các con lộ lung lay trong cơn gió thổi nhè nhẹ. Vài chiếc lá vàng rụng như báo mùa thu đã đến. Cảnh vật phía sau con đường chính thật tĩnh mịch. Đâu đó vài người đạp xe chạy ngang qua. Đi qua một nhà thờ nhỏ vách bằng gỗ sơn trắng, Trung thấy một con đường đất hẹp chạy băng qua một cách đồng cỏ cháy, dường như ở cuối con đường đó là một trang trại nhỏ. Tò mò lại gần quan sát, Trung thấy xung quanh trang trại là một hàng rào gỗ có cổng khóa. Bên trong sau hàng rào là một trang trại thật giản dị, chỉ có một căn nhà nhỏ ở chính giữa, sát bên cạnh là một gian nhỏ chắc là để chứa các dụng cụ làm vườn. Căn nhà tuy nhỏ nhưng rất xinh với giàn nho leo trên ngưỡng cửa chính. Giữa trại là một cái ao nhỏ có một đàn vịt đang bơi một cách thanh thản. Vườn được chia ra làm nhiều miếng nhỏ trông rất có tổ chức trồng các loại rau hay cây khác nhau. Tưởng tượng ra khung cảnh trang trại thanh bình này trên khung vải vẽ, Trung nảy ý định vào gặp chủ nhà xin phép.

Với ý định đó Trung bước lại cánh cổng gỗ, đến nơi thì thấy trong mảnh đất sát hàng rào có trồng mấy loại rau ta quen thuộc, cũng các loại mà chị Tâm trồng sau vườn, rau răm, rau tía tô, rau dền, rau quế, vân vân.

"Chà, chắc đây là nhà đồng hương mình".

Không thấy ai bên trong để hỏi thăm, Trung đành

quay lưng đi trở ra đường cái về phố tìm cái gì ăn vì đã gần đến giờ hẹn với Morieli.

Hãng rượu nằm trên một con đồi nhỏ ngoài tỉnh, hơn hai chục phút lái xe. Từ quốc lộ, Trung rẽ trái vào một con đường nhỏ tráng nhựa, cho xe chạy từ từ một lúc sau thấy từ xa một toà nhà cao lớn mái ngói đỏ quét vôi trắng nằm trên một ngọn đồi nhỏ, xung quanh là những vườn trồng nho mênh mông cả mấy trăm mẫu. Một bảng gỗ khắc chữ *"Morieli Winery"* với một mũi tên sơn đỏ chỉ về phía trước trồng bên đường. Lái thêm vài trăm thước nữa là cổng hãng rượu với đôi cánh cửa song sắt mở rộng.

Trung, tay lễ mễ xách túi vải đựng một số các bức tranh vẽ trước kia để làm mẫu, được bà thư ký già đưa vào văn phòng Morieli.

Hai người nói chuyện. Đại khái những gì hắn giải thích đã được người bạn quán Cá Heo nói trước.

Hắn đề nghị.

- Để tôi đưa bạn đi dạo một vòng để có ý niệm rõ ràng cho những bức tranh định vẽ rồi sau đó tôi chỉ các bức tường cần được trang trí.

Dẫn Trung ra ngoài sân, Morieli chỉ các vườn nho khoe tổng cộng diện tích các vườn nho này hơn ba trăm mẫu. Hai người đi trên những con đường đất nhỏ giữa hàng cây nho trồng thẳng tắp có thứ tự. Đã vào thu nên nho chín hết. Cả vườn nho ngả màu tím đậm trông rất đẹp mắt. Morieli sau đó đưa Trung vào trong nhà kho, chỉ cho xem mấy dãy thùng gỗ *oak* ngay hàng rồi đi vòng trở ra mặt tiền và chỉ cho thấy những bức tường xung quanh văn phòng chính.

- Mấy bức tường đó quá trống trải. Ngoại trừ những chỗ có cây leo, tôi muốn cậu vẽ những cảnh trí, thí dụ như cảnh mùa hái nho chẳng hạn. Tôi đề nghị bạn chờ đến mùa, ra chụp mấy tấm hình rồi vẽ từ hình ra, cứ tự nhiên thêm bớt chi tiết, miễn sao cho nó đẹp. Cái đó là quyết định nhà nghề của bạn. Tôi có thể cho mượn mấy tấm hình tôi chụp bên Ý khi về đó thăm gia đình để làm mẫu.

Sau đó Morieli dẫn Trung đi vào trong một phòng thật lớn.

- Đây là phòng tiếp khách khi họ đến thử rượu, phòng này rất quan trọng. Hãng dự định mở các buổi tiếp tân trong đây. Mình cần gây một ấn tượng thuận lợi lên trên khách hàng. Tôi cần có vài bức tranh để treo ở đây. Bất cứ hình nào bạn định vẽ, tôi muốn duyệt qua bản nháp trước để chấp thuận. Bây giờ mình vô văn phòng để thảo luận lệ phí.

Đây là điều Trung thích nghe nhất. Một giờ đồng hồ sau, Trung rời văn phòng Morieli trong lòng thấy khoan khoái, trong đầu thì tính nhẩm sau khi đã trừ chi phí sắm vật liệu, vẫn còn một số tiền khá cao để sống tà tà vài tháng trước khi lại phải lo tìm mối khác.

"Điệu này ở đây luôn coi bộ khá à, sau mối này chắc mình sẽ đi tìm các hãng rượu khác trong vùng kiếm chác thêm," Trung lạc quan.

Với dự định bắt đầu việc làm ngay ngày mai, Trung đi xuống phố tìm mua vật liệu.

~§~

BnKhôi

7

Việc làm tại hãng Morieli thấm thoát cũng được một tháng, tiến triển tốt đẹp. Giờ giấc uyển chuyển, ra vào tự do, vô cùng thoải mái. Dù chưa quên được Duyên và Mai, Trung có thể tập trung tâm trí vào công việc mà đã một thời đam mê trước khi gặp hai người đàn bà của định mệnh đó. Tự mình kiểm soát giờ giấc làm việc, hôm nào không thấy hứng đi làm thì nằm nhà ngủ hoặc ra biển đi dạo, hoặc đi lang thang trên những con đường đất dẫn vào những khu rừng thông thật thơ mộng.

Theo đề nghị của Morieli, khi mùa hái nho bắt đầu, Trung ra vườn nho xem từng đoàn thợ hái nhưng không chụp hình như ý của Morieli mà chỉ đứng trên sân thượng nhìn xuống quan sát để có được cái nhìn khoáng đãng hơn, thấy cả một vùng bao la. Có lúc Trung đi xuống tận nơi những người thợ làm việc để hòa đồng với họ, cảm nhận sự nặng nhọc của công việc rồi sau đó phác mẫu ra trên giấy bồi rồi đưa cho Morieli xem để duyệt trước.

Bước tới là vẽ lên tường, đây không phải là sở trường nên cần làm rất kỹ lưỡng, để ý từng chi tiết một.

Sau vài tuần, Trung hoàn tất một bức tường vẽ cảnh mùa gặt. Tranh tuy không nhiều mầu sặc sỡ nhưng trông rất tươi, đem lại một cảm giác thiên nhiên cho người xem, làm mình tưởng như đang đứng giữa vườn nho với đoàn thợ. Mọi người trong hãng đều khen thưởng làm Trung cảm thấy rất khích lệ. Chiều hôm đó, Morieli kêu Trung vào văn phòng, chính tay rót rượu cụng ly và ca ngợi thành quả của công việc. Khi về đến nhà Trung nhận được một cú điện thoại của chị nói muốn cuối tuần lên thăm xem em sống ra sao.

Tâm lên sáng thứ bảy như đã hẹn, vừa vào trong nhà liền đi xét từng chỗ thật kỹ vì biết rõ tính bê bối của đứa em trai độc thân, lên tiếng khen nhà đẹp và gọn ghẽ.

Trong bữa cơm trưa dưới phố, Tâm nói, chút xíu quên, chị có cái này cho em, rồi lấy từ trong túi xách một phong bì thư trắng có in chữ vàng rất đẹp. Nhìn thoáng qua Trung cũng biết đó là thiệp cưới và không cần mở ra cũng biết đó là thiệp cưới của ai.

- Của Duyên phải không? Trung cười gượng hỏi.

Tâm chỉ gật đầu rồi đặt phong bì lên trên bàn. Trung cầm lên nhìn phong bì rồi lại đặt xuống, không bận tâm mở ra xem thiệp, nói chua chát.

- Thôi, vậy cũng xong.

Trung đứng lên trả tiền rồi rủ chị ra biển chơi nhưng lúc đứng lên đi không biết vô tình hay cố ý để lại cái phong bì thiệp cưới trên bàn ăn. Thấy vậy, Tâm lấy cất vào túi xách khoác lên vai.

Hai người tản bộ dọc trên bãi cát. Nhìn Trung có vẻ tư lự, Tâm biết em đang suy nghĩ về người xưa, chắc trong đầu có nhiều câu hỏi nhưng không dám hỏi ra.

Bước lại gần một cụm hoa dại mọc trên tường núi, Tâm hái một cành, đưa lên ngửi rồi bắt đầu kể.

- Sau khi đi thăm cha mẹ về, Duyên biến đâu mất cho đến mãi khoảng hai tuần trước mới lại thăm chị Liên, chị tình cờ có mặt ở đó. Trông Duyên có vẻ buồn lắm, hai chị nghi có chuyện không lành giữa hai đứa. Chị Liên chất vấn thì Duyên nói là chuyện hai đứa không thành. Bác trai không thích em, đòi con gái lấy người khác. Dĩ nhiên thời đại này cha mẹ không đặt con đâu thì con ngồi đó nhưng Duyên rất có hiếu với cha mẹ, nhất là mẹ. Sau cùng Duyên nghe lời cha mẹ chịu lấy ông đó, tên là Hoàng thì phải, mà ông này cũng rất yêu Duyên, vậy thì cũng được đi, mình lấy người yêu mình rồi mình sẽ yêu người. Mà sao chị ngờ ngợ đó không phải là lý do duy nhất nhưng ngại không muốn hỏi. Bây giờ có em đây, chị muốn nghe lời giải thích của em.

Trung nhún vai đáp.

- Những cái chị nói về cha mẹ Duyên rất đúng, và đó là lý do tụi em không thành, vậy thôi. Cha Duyên không thích em và em cũng không ưa ông ta, bà mẹ thì rất buồn và lo về chuyện này. Bà cứ lo ngay ngáy là nếu tụi em thành vợ thành chồng, gia đình sẽ thành bãi chiến trường không những giữa chồng mình và con rể mà là giữa chồng mình và con gái. Một phần em cũng tội nghiệp cho bà cụ.

Nghĩ là em mình rất buồn, Tâm an ủi.

- Em nói cũng đúng, thôi chuyện nó qua rồi, chị thấy em ở trên này rất tốt, không những cho tinh thần mà thể xác nữa. Em thấy không, ở đây không khí trong lành, không nhiều chỗ ăn chơi. Cứ sống tà tà qua ngày.

- Dĩ nhiên chuyện nó qua nhưng buồn thì mình vẫn buồn. Rồi sẽ quên đi theo thời gian. Hiện nay em rất thích việc làm tại hãng rượu và đó là cái em muốn tập trung tư tưởng mình. Chị khỏi lo cho em.

Hai chị em ngừng chân trước một thân cây ngả dưới đất. Tâm ngồi xuống, kéo cổ áo cao lên che cơn gió lạnh thổi từ biển vào. Trung đứng thọc tay trong túi quần, nhìn ra biển xa xăm. Những ngọn sóng bạc đầu đổ xô vào bờ, vỡ tan trên các ghềnh đá.

Giọng Tâm sau lưng.

- Trung này, hôm nọ có một cô nào đến tìm em. Sau khi em đi, chị lại nhà em để dọn dẹp vì chị biết là đi vội vã như thế, em không thể nào đem đi hết được. Lúc chị đến, chị thấy cô đó đang lảng vảng trước cửa phòng em. Khi cô ta thấy chị mở khóa cửa nhà, chắc cô đó đoán là chị có liên hệ gì đến em nên hỏi về em. Chị tự giới thiệu rồi hỏi tên cô và cần gặp em có chuyện gì. Cô đó không chịu nói tên, chỉ nói vắn tắt là một cô mẫu cũ mà em trước kia đã mướn, bây giờ lại thăm để xem em có cần cô không.

Trung biết ngay đó là Mai nhưng vẫn hỏi dò.

- Mặt mũi cô đó ra sao chị, em mướn nhiều người lắm, khó nhớ.

- Cô này trông như lai Mỹ, nói tiếng Việt cũng như mình. Tóc hung, mắt hung nâu, tướng rất đẹp, mà sao có nét giống Duyên ngoại trừ cái nét lai.

Trung vẫn vờ không biết, hỏi tiếp.

- Thì chắc là một trong mấy cô mẫu vậy thôi, mà cô ta có nhắn gì không? Trung hồi hộp chờ.

- Cô ta nói gởi lời thăm em, chúc em vui vẻ và thành công.

Trung định hỏi xem Mai có hỏi khi nào mình về lại nhưng thôi.

- Chị có đưa cô ta số điện thoại và địa chỉ của em trên này không?

- Cô ta có hỏi xin nhưng chị để quên mấy cái đó ở nhà, lại không nhớ nên chịu.

Nắng trưa đã lên nhưng bãi biển bắt đầu lạnh vì gió thổi mạnh. Hai chị em trở ra xe đi về. Vừa về đến nhà thì đúng lúc cơn mưa đầu mùa đổ xuống. Trung lắc đầu than.

- Khổ rồi, mưa thế này thì em thất nghiệp ... nhưng chắc không sao vì em có thể dành thì giờ vẽ tranh treo trường cho phòng tiếp tân. Cũng được.

Chiều hôm đó Tâm nấu một bữa cơm ta thật ngon vì biết rằng em mình ở trên đây thèm cơm Việt nhưng không biết nấu cơm và tỉnh lẻ này làm gì có nhà hàng Việt Nam.

Sáng chủ nhật, trong khi ăn điểm tâm trước khi đi về, Tâm ngần ngữ mãi trước khi hỏi.

- Em có định đi đám cưới Duyên không?

Trung lắc đầu.

- Để làm gì hả chị? Nếu chị đi thì cho em gởi lời chúc Duyên và Hoàng trăm năm hạnh phúc.

Xe Tâm đi khuất sau bìa rừng. Cơn mưa trở lại đem theo cơn gió lạnh. Trung quay vào nhà, đi vào phòng vẽ, sắp giá để sửa soạn vẽ cho Morieli.

Dựng giá vẽ lên xong, Trung ngồi xuống chiếc bàn con sát cửa sổ xem lại mớ vẽ nháp để lựa một bức. Bên ngoài trời vẫn mưa nặng hột. Mùi thơm bốc lên từ tách cà phê. Nhắp xong một ngụm, Trung mồi một điếu thuốc rồi xem các bản vẽ nháp trong ánh nắng mặt trời chiếu vào nhà qua cửa sổ. Thấy vài tấm tranh họa Mai lẫn lộn chung với tấm những khác giữa đống tranh, Trung tần ngần cầm lên xem. Trong một tấm người mẫu nằm trên chiếc ghế dài chỉ có một tấm vải khoác hờ qua người, mái tóc xõa che mặt, thân hơi nghiêng như nằm xấp. Trong một tấm khác, Mai hoàn toàn khỏa thân đang ngồi trên chiếc ghế mây sát cửa sổ nhìn ra ngoài, vạt nắng vàng phai từ ngoài chiếu vào hắt lên tấm thân trần truồng làm nổi bật lớp da nâu sạm nắng của nàng. Rồi một tấm khác là cảnh Mai trong một chiếc áo khoác trễ xuống để lộ đôi vai tròn trịa. Trung đứng lên đi lại mở tủ lấy ra bao vải trong đựng những bức tranh đem lên từ nhà, mở bao và lấy ra từng tấm một. Đặt bức tranh Mai ngồi trên bậc thang cấp sau vườn lên giá vẽ, Trung ngắm nghía một lúc xong sắp thêm một giá vẽ thứ hai xong đặt bức tranh vẽ Mai đang ngủ dưới đất sau cuộc mây mưa. Trung lùi lại ngắm từng bức một.

Những kỷ niệm ngày nào nay trở lại linh động trong đầu óc, từng vùng da thịt, mùi tóc thơm tho, làn da mịn màng, đôi môi đầy đặn, giọng nói quyến rũ. Trung phải kềm hãm chống lại ý muốn điện thoại cho Mai. Những gì chị Tâm nói sáng hôm qua trên bãi biển về việc Mai lại nhà mình tìm trở lại trong đầu. Tại sao Mai lại đến tìm mình nhất là nếu đã hàn gắn với chồng? Hay là hai người đã tan vỡ, nếu vậy thì Mai bây giờ đang cô đơn vô cùng và rất cần mình. Nếu thật sự họ đổ vỡ và mình gọi thì liệu Mai sẽ lên đây với mình không và nếu lên thì sẽ yêu mình hay vẫn còn vương vấn hình ảnh người chồng cũ và rồi lại tìm cách trở về?

Nhiều câu hỏi hiện lên trong đầu và Trung không trả lời được, chỉ thấy một cảm giác buồn thấm thía đang xâm lấn tâm tư.

. . .

Morieli trố mắt nhìn bức tranh Mai ngồi trên bậc cấp. Hắn nghiêng đầu ngắm nghía gật gù nói.

- Bức này được lắm nhưng tôi muốn cậu che cặp vú lại ... hở một nửa cũng được.

Trung đem mấy hình vẽ nháp và mấy bức tranh vẽ Mai lại cho Morieli xem, nói với hắn là chỉ vẽ lại phỏng theo chứ không bán lại những bức đã hoàn tất. Tên chủ hãng rượu lựa tấm này và bảo Trung vẽ lại.

- Trời mưa mấy hôm nay chắc tôi tạm ngưng vẽ tường bên ngoài, tôi sẽ tập trung vào vẽ lại bức tranh mà ông mới lựa.

Về đến nhà Trung lập tức bắt tay ngay vào công việc. Đặt bức tranh vẽ xong trên một giá và một bức mới còn trắng tinh trên giá kia, Trung rót một ly rượu, bật nhạc lên và ngồi trong im lặng, vừa ngắm Mai trong tranh vừa để tâm hồn mình bay theo tiếng nhạc trở về dĩ vãng.

Cuộc đời con người lắm lúc có nhiều khúc ngoặt bất ngờ, có khi xảy ra dồn dập như dồn nhét vào trí nhớ nhỏ nhoi nhiều kỷ niệm không thể quên được.

Còn gì nữa đâu mà bảo nhau đợi chờ, tình em vút sâu cho đến muôn đời sau. Còn gì nữa đâu mà quen nhau hẹn hò tình như vó câu một bước trăm ngàn sầu.

Bài Hối Tiếc đã nghe ngày nào khi chia tay với Mai giờ nghe lại như khơi cho vết thương chảy máu nhiều hơn. Trung ngồi như vậy cả tiếng đồng hồ không động đậy chỉ trừ khi rót rượu rồi bất chợt đứng lên thẳng tay ném ly rượu vào trong lò sưởi lửa đang cháy bập bùng. Tiếng ly vỡ ròn tan trên bức tường gạch. Dụi điếu thuốc trong chiếc gạt tàn sành trên ghế, Trung lao đầu vào việc vẽ. Những nét cọ những nét bay sơn dầu như bay trên mặt vải, bàn tay người họa sĩ lướt trên tranh nhưng tâm hồn như bay hút theo con đường ký ức trở về căn nhà xưa mà một thời yêu Mai cuồng nhiệt và yêu trong tuyệt vọng.

"Mai, em có nhớ ngày đầu tiên em e thẹn để chiếc áo tuột từ đôi vai xuống đất để lộ thân thể ngọc ngà của em. Cái nhìn bối rối của em đã nhường chỗ cho một nụ cười kiêu hãnh, ngọn lửa trong anh đã nhường chỗ cho một đam mê theo tay anh lên tranh.

Mai, em có biết chăng những lần vẽ em là những hạnh phúc nho nhỏ trong anh lẫn với những cảm giác đớn đau. Khi em yêu người, em có nhớ những giây phút ta yêu nhau say mê, yêu nhau cuồng nhiệt, yêu nhau đậm đà? Khi em bên người, em có nhớ đến anh cô đơn."

Trung say mê vẽ không còn biết giờ giấc, liên tục vẽ như vậy suốt ba ngày, vẽ liền tay không ăn uống, chỉ nốc cà phê và kéo thuốc hết điếu này đến điếu khác. Đến tối ngày thứ ba, bức tranh hoàn tất thì Trung gục xuống ghế ngủ cho đến mãi trưa hôm sau mới dậy.

Thấy trời bên ngoài đã tạnh mưa, Trung cẩn thận gói bức tranh đem đến hãng rượu.

Morieli vô cùng hài lòng, mắt thì cứ ngắm mãi bức tranh miệng thì suýt soa khen. Hắn kêu bà thư ký vào và ra lệnh đặt mua một chiếc khung thật lộng lẫy để lộng tranh. Trung chào hắn rồi ra xe.

Ngoài đường nắng lên nhưng trên trời vẫn còn những cụm mây đen như những thùng phuy nước đang chờ đầy trở lại rồi đổ xuống.

Trung lái về tỉnh ra quán ăn hôm nọ mua một ổ bánh mì ăn vội xong lên xe. Ra tiệm ăn, bầu không khí lành lạnh quét lên mặt làm Trung tỉnh người. Muốn lợi dụng trời chưa mưa để đi dạo một lúc trước khi về nhà, Trung đậu xe bên lề đường rồi thả bước đi về hướng nhà thờ nhỏ sơn trắng. Không biết có mãnh lực nào xô đẩy lại con đường đất đã đi ngày đầu khi mới đến tỉnh này.

Trời lại bắt đầu mưa lấm tấm. Trung vẫn rảo bước. Cơn mưa trở nên nặng hột thật nhanh rồi thành những dòng nước lạnh tưới xuống người ướt sũng. Mấy ngày nay thiếu ăn thiếu ngủ, Trung cảm thấy kiệt sức, đôi chân như rã rời. Cơn lạnh từ trong người đi ra làm rùng mình.

"Mình bị cảm nặng rồi, lại sốt nữa".

Trung nghĩ thế, định quay đầu đi bộ ngược lại về xe nhưng đổi ý khi thấy hình ảnh lờ mờ một căn nhà xa xăm phía trước. Những bước chân lê đi trên con đường đất nay đã thành những vũng nước sình lầy. Khi sức lực đã cạn thì Trung cũng vừa đến cuối con đường trước cổng trang trại có vườn rau thơm rồi quỵ xuống, hai chân rã rời không giữ người đứng được mà phải ngồi bệt xuống bãi cỏ ướt nhẹp dựa lưng lên hàng rào.

Trung nghe loáng thoáng ai nói *Are you alright?* rồi

một khuôn mặt ai đó chạy đến vực lên.

. . .

Mùi dầu nóng hăng hăng quen thuộc trên mũi làm Trung tỉnh, hé mắt ra thấy như có ai ngồi bên cạnh đang sờ trán mình.

- Mai, em đó hả? Trung thều thào hỏi.

Một giọng đàn bà thật ấm trả lời.

- Cậu thấy trong người sao, đỡ chưa?

Trung chống tay gượng ngồi dậy nhưng không nổi, lại nằm vật xuống. Vẫn giọng ấm của người đàn bà.

- Cậu còn yếu lắm, cứ nằm nghỉ một chốc nữa.

Cái bóng lờ mờ người đàn bà đó đứng lên đi mất. Trung mở mắt ra cố nhìn xung quanh thấy mình đang nằm trên một chiếc ghế dài trong một phòng trông như phòng khách. Một căn phòng rất lu mờ, không có một ngọn đèn điện bật lên. Chỉ có ánh sáng từ hai ba ngọn nến thắp trên một chiếc bàn thấp nhỏ trước mặt mình và từ một lò sưởi với ngọn lửa cháy tí tách. Hơi ấm từ lò sưởi tỏa ra làm cho căn phòng thật ấm cúng. Trung quay người lại để quan sát kỹ hơn nhưng cơn bệnh quái ác dường như đã hút hết sinh lực trong người bắt nằm vật xuống. Tự sờ lên trán thấy nóng hổi, Trung chép miệng lo nghĩ không biết làm sao đi làm lại được rồi một lần nữa cố gắng gượng người lên để nhìn rõ hơn về nơi mình đang nằm nghỉ. Căn phòng trang trí giản dị. Trên bức tường đối diện cái ghế Trung đang nằm có treo một tấm bản đồ Việt Nam thật lớn. Trên những bức tường kia là một vài tấm tranh nhưng mắt lờ mờ không thấy rõ. Dưới sàn nhà gần lò sưởi có hai cái gối lớn như được dùng để ngồi dựa.

Có tiếng động trong phòng bên rồi người đàn bà trở vào bưng một cái khay trên có một tô khói nghi ngút.

- Cậu ăn chút cháo gà cho khoẻ.

Trung gượng ngồi dậy, miệng lí nhí cám ơn. Mùi cháo gà bốc lên thơm phức làm Trung thấy đói bụng. Người thiếu phụ đặt mâm xuống bàn rồi kéo lại gần chiếc ghế dài Trung ngồi.

- Tôi nấu vội chắc không ngon nhưng cậu nên ráng ăn đi cho lại sức.

Giọng bà trìu mến và ân cần nghe thật cảm động. Tay còn quá run vì yếu, Trung làm cháo nhiễu xuống áo. Bà ta nhanh tay lấy khăn lau đi vết cháo trên áo. Cháo nóng từ trong miệng đi xuống bao tử làm Trung tỉnh người phần nào. Ăn được nửa chén, Trung tỉnh người, ngồi hẳn lên được.

- Cám ơn bà, tôi thấy đỡ lắm rồi, để lát ăn tiếp.

Người đàn bà đỡ Trung cho ngồi thẳng lại xong đắp lại cho ngay ngắn chiếc chăn trên người rồi cầm cái khay và tô cháo đi vào trong một chốc sau trở ra đưa cho Trung một khăn mặt tẩm nước nóng nói lau mặt cho tỉnh. Khăn nước nóng như thần dược làm Trung tỉnh hẳn dù người còn yếu.

- Xin lỗi bà, tôi phiền bà quá, chắc xin phép bà để tôi về.

- Ấy chết, không được đâu, cậu xem kìa, ngoài trời còn mưa tầm tã.

Theo tay bà chỉ nhìn ra cửa sổ, Trung thấy cơn mưa lũ bên ngoài như đang trút hết nước từ trên trời xuống.

Trung lắc đầu nói vẻ ngại ngùng.

- Vậy thì phải phiền bà thêm mấy giờ đồng hồ nữa.

Chủ nhà ngồi xuống cạnh nhẹ nhàng bảo.

- Không sao, cậu cứ nghỉ cho khỏe đã rồi tính sau. Tôi e cậu chẳng đi đâu được đâu vì đang có bão. Cơn bão lớn lắm, thổi sập mấy đường dây điện và điện thoại nên tôi phải thắp nến. Mà nhà cửa cậu ở đâu?

- Nhà tôi cách đây cũng không xa, độ chừng năm sáu dặm.

Lúc này Trung mới nhìn kỹ xung quanh mình. Quả đây là nhà đồng hương, nào là bản đồ Việt Nam treo trên tường rồi một lá cờ vàng ba sọc đỏ cắm trên kệ sách và thoang thoảng mùi nước mắm từ bếp bay ra.

- Cháo gà bà nấu ngon lắm, xin cám ơn một lần nữa.

- Cậu khen quá lời. Tôi nấu vội cho cậu dùng nên nước không được ngọt. Kìa, cậu ăn nốt đi, hay uống ít trà sen nóng.

Người đàn bà cầm tách trà dưới bàn lên đưa. Hương trà sen bốc lên thơm ngát.

- Bà ở đây một mình? Trung hỏi xong lập tức thấy ngượng vì câu hỏi đường đột của mình, vội xin lỗi.

- Không sao cậu. Vâng, tôi ở đây một mình, thế còn cậu?

- Dạ tôi cũng ở một mình. Tôi mới lên đây được gần hai tháng. Tôi còn có bà chị dưới vùng Vịnh, mới lên thăm tôi mấy hôm trước. Tôi làm cho hãng rượu Morieli, chắc bà biết hãng đó.

Người thiếu phụ cười, một nụ cười thật hiền hậu.

- Biết chứ, ai ở vùng này cũng đều biết. Cậu làm gì ở hãng đó?

- Tôi vẽ và trang trí cho hãng, vào làm mới được hơn một tháng. Công việc không nhất định, làm xong thì mình đi.

- Công việc của cậu như vậy thì khi nào xong?

- Tôi nghĩ là đến tận mùa hè năm sau, họ đã ứng tiền đặt cọc trước. Mình cứ làm, khi làm xong thì họ trả nốt. Xin phép bà cho tôi được biết tên của bà, tôi tên là Trung.

- Tên tôi là Hiền.

Người thiếu phụ giải thích tiếp là bà ở đây đã lâu, hiện là cô giáo cho một trường tiểu học trong tỉnh.

- Tôi sang bên này năm 81. Lúc đầu cũng ở vùng Vịnh nhưng sau chán vì quá ồn ào, cuộc sống xô bồ, ô nhiễm, vật giá mắc mỏ. Tôi xin nhà thờ bảo trợ giúp đưa lên đây ở cho thoải mái.

- Xin phép bà cho tôi hỏi bà sang Mỹ một mình? Trung thắc mắc.

- Tôi sang đây với chồng tôi, giọng người đàn bà chủ nhà chợt trở nên buồn, nhưng nhà tôi chết trên đường vượt biển, tôi ở vậy từ đó.

Hối hận mình khơi lại chuyện buồn cũ, Trung không biết nói gì. Người đàn bà cũng ngồi im. Căn phòng chợt chìm trong im lặng, chỉ có tiếng lửa cháy tí tách trong lò sưởi, tiếng mưa như trút nước ngoài sân. Hai người như theo đuổi ý nghĩ riêng của mình. Trung liếc nhìn Hiền lúc này ngồi khép nép trên cạnh ghế.

Người góa phụ có nét mặt phúc hậu hiền lành nhưng đượm nét buồn, chịu đựng như trong cuộc đời đã trải qua nhiều nghịch cảnh. Bà trông khoảng bốn chục, lớn hơn cả chị Tâm, tóc để dài nhưng búi lên.

Hiền đứng lên đi về phía lò sưởi, với tay cầm lên một khung hình nhỏ đặt trên kệ sách và đem lại đưa cho Trung.

- Nhà tôi đây, hình chụp ở nhà khi anh mới đi tù về.

Trung đỡ lấy bức ảnh. Hình một người thanh niên cao gầy, nét mặt bất khuất, đang đứng bên cạnh một thiếu nữ trước cửa nhà có giàn hoa giấy đỏ.

- Anh ấy bị đưa đi tù ở trại Suối Máu.

Hiền vuốt lọn tóc rớt xuống trán, bàn tay quệt nhanh khóe mắt. Bên ngoài cơn mưa vẫn chưa ngơi, bên trong căn nhà lại rơi vào một im lặng nặng nề. Đặt nhẹ bức hình xuống bàn, Trung cảm thấy vô cùng ái ngại, lên tiếng xin lỗi một lần nữa đã khơi lại chuyện buồn xưa nhưng người góa phụ mỉm cười nói.

- Buồn thì lúc nào mình cũng buồn nhưng vẫn phải sống cho hết cuộc đời mình chứ.

Trung định lên tiếng hỏi Hiền có con không nhưng rụt lại vì biết đâu lại là một ký ức buồn khác, có khi còn thảm hơn, xong để đánh tan bầu không khí nặng nề cười lên nói một câu vô thưởng vô phạt.

- Bà ở một mình nhà to thế này, vườn tược ngoài kia nữa!

- Nhà này trước kia của một bà Mỹ già để lại cho tôi chứ cậu xem tôi chỉ là cô giáo tiểu học thì đào đâu ra tiền mà tậu được. Khi tôi ngỏ ý với nhà thờ muốn đi nơi yên tịnh ở, họ tìm được bà già này. Chồng bà mới mất, không con không cái nên cần người bên cạnh. Thì tôi về ở với bà ấy ... xem bà như mẹ hờ. Ở đây hai người đàn bà độc thân lo cho nhau ... được cũng khá lâu. Khi bà ta mất, không bà con thân thích, bà để tất cả lại cho tôi. Tôi thương bà ấy cũng như mẹ mình, bây giờ đến lượt thân tôi một mình phải lo tất.

Trung gật gù ra vẻ hiểu biết xong đứng lên đi về cửa sổ đứng vịn lên tường vì cảm thấy trong người vẫn còn yếu.

Bên ngoài trận bão vẫn chưa hả cơn giận. Gió mạnh thổi hàng cây ăn trái rạp xuống, nhiều chiếc lá bay tứ tung trong gió.

- Mấy luống rau của bà chắc không sống nổi.

- Vâng.

Trung trở lại ghế ngồi xuống, tần ngần nói.

- Xin phép bà cho tôi gọi là chị vì ... gọi bà nghe sao xa cách, dù mới gặp.

Hiền mỉm cười.

- Vậy cũng được. Trung bao nhiêu tuổi vậy?

- Em ba chục.

- Chị lớn hơn em mười tuổi, gọi chị là đúng, điệu này tối nay em phải ngủ lại đây rồi. Đường xá rất nguy hiểm, không có đèn đường.

Trung gật đầu.

- Chắc vậy rồi, hy vọng chị không phiền.

- Không sao đâu, giờ hãy còn sớm, lát nữa chị dọn

giường cho ngủ.

- Để em ngủ ngoài này được rồi, Trung xua tay.

- Nhà có hai phòng, đừng lo. Chị ở một mình nên đổi phòng ngủ đó thành phòng làm việc nhưng có cái ghế sofa kéo ra nằm được.

Giọng Hiền trở nên vui vẻ hơn.

- Để chị vào bếp châm thêm trà đem ra rồi em kể cho chị nghe về gia đình em đi, về cái chị gì đó của em.

Hiền vào bếp rồi trở ra với ấm trà nóng, rót trà vào hai tách. Trung cầm tách lên nhấp thêm xong bắt đầu kể về gia đình mình khi trước 75 ở Sài Gòn. Nhà nghèo quanh năm vì cha làm công chức nên mẹ phải mở quán cà phê ở nhà để kiếm thêm ít lợi tức bù vào tiền lương khiêm tốn công chức. Lúc đó Trung mới vào lớp sáu trung học. May quán cà phê bán đắt khách nên cuộc sống cũng thoải mái.

- Mẹ em hẳn là một người đàn bà đảm đang, Hiền hỏi.

- Vâng, rất đảm đang. Ba em thì chỉ ngày hai buổi, sáng cắp ô đi chiều cắp ô về, tối nằm dài đọc sách bàn chuyện thế sự với vợ con nhưng nào em và chị em có hiểu gì, mẹ em thì chỉ ầm ừ cho qua chuyện rồi còn phải lo cái quán cà phê. Cuộc đời rất yên bình dù đời sống vật chất hơi thiếu thốn. Có ai ngờ đâu, 75 về, cả cuộc đời mình đảo ngược. Điều này thì chị biết rõ hơn em.

Hiền gật đầu thở dài nhè nhẹ.

- Cũng may ba em là công chức quèn nên không bị xem là có nợ máu. Ông chỉ bị bắt đi học tập vài tuần rồi cho về đi làm lại sở cũ nhưng không còn vui nữa. Quán cà phê thì bị dẹp đi vì mẹ em làm gì có tiền đút lót cho tụi công an. Bà và chị em phải tập buôn gánh bán bưng để kiếm thêm. Em vẫn còn đến trường nhưng chán lắm chị. Em thấy thiếu nhiều bạn cũ. Tụi nó đi đâu gần hết, kẻ vượt biên, người đi kinh tế mới. Sống khốn khổ như vậy được vài năm thì ba me quyết định phải cho tụi em đi vì tương lai. Nhà ít tiền nên ba mẹ em chỉ đủ tiền cho hai chị em đi. Em nhớ mẹ em tối nào cũng đọc kinh khấn Phật. Chắc nhờ vậy mà hai chị em đi trót lọt cú đầu, chớ không thì nhà còn tiền đâu mà đi nữa.

Trung ngừng nói, nâng tách uống thêm ngụm trà rồi móc bao thuốc trong túi ra xin phép, quẹt diêm châm thuốc, kéo một hơi thả ra một làn khói dài. Làn khói bay sang chỗ Hiền ngồi.

- Ngửi mùi thuốc em hút làm chị nhớ lại anh Hùng, chồng chị khi chưa mất.

Trung nhìn sang Hiền thấy mắt mơ màng như đang tưởng nhớ lại ngày xưa còn bên cạnh chồng. Tôn trọng nỗi buồn, Trung ngồi im.

Ngọn lửa trong lò sưởi gần tàn, Hiền đứng lên, đi lại gần, quỳ xuống rồi cho vào một khúc củi vừa bảo Trung kể tiếp. Trong ánh lửa bập bùng, cặp mắt buồn của Hiền trông càng u buồn hơn, nét đẹp khác xa nét đẹp của Duyên và Mai, đây là nét đẹp của thời gian, của chịu đựng.

- Rồi sao nữa hả em? Em và bà chị đi lọt qua đây ăn ở ra sao? Kể tiếp đi.

Trung ngượng vì nghĩ là Hiền bắt gặp cái nhìn trộm của mình, may là không thấy vì trong nhà tối.

- Hai chị em ra đi với gia đình chú em. Đi được

ngay lần đầu. Qua đến đây thì tụi em định cư ở vùng này từ đó đến giờ. Hai chị em đi học lại, chị em học y tá còn em học nghệ thuật. Từ đó cuộc sống bình thản. Tụi em sống gần nhau nhưng người nào ở riêng nhà người đó tại vì em tính bừa bãi, đồ vẽ trong nhà khắp nơi tùm lum hết. Chuyện đời em chỉ có vậy.

- Còn cuộc sống tình cảm, Hiền cười hóm hỉnh, có bừa bãi không?

Trung cố thoái thác.

- Cuộc đời tình cảm em nghèo nàn lắm, không có gì để kể cho chị nghe.

- Chị không tin. Em còn trẻ, đẹp trai, nghệ sĩ thì thiếu gì người.

- Ừ thì cũng có nhưng thiếu phần gay cấn nên sợ nhàm tai chị.

- Thiếu phần gay cấn hay quá gay cấn đến nỗi không dám kể cho chị? Sao khó tin quá!

Hiền cười lên, nét buồn trên mặt dường như đã nhường chỗ cho một nỗi vui nho nhỏ. Trung cảm thấy vui lây nỗi vui rồi bắt đầu kể sơ về chuyện mình với Duyên.

Hiền nghe xong lắc đầu chép miệng nói.

- Tội nghiệp quá, thôi thì chị chúc cho em may mắn hơn lần tới. Khuya rồi. Mai dậy mình nói chuyện tiếp.

Nhìn theo bóng Hiền đi vào phòng ngủ, Trung chợt thấy như có ngọn lửa nhỏ nhen nhúm sưởi ấm lòng mình. Chỉ mấy tuần trước mới dọn lên Trung ngỡ mình sẽ sống một cuộc sống cô đơn, ra vào căn nhà bé chỉ một mình mình, làm bạn với mấy khung vải cọ và ống màu, chỉ khi vào hãng rượu mới gặp người khác.

. . .

Sáng hôm sau khi bước ra phòng ngủ thấy Hiền ngồi bên bàn ăn trong bếp hai bàn tay đan vào nhau dưới cằm mặt nghiêng nhìn đăm chiêu ra ngoài vườn, Trung đứng im đó nhìn như bị thu hút bởi nét đẹp mang nỗi buồn vời vợi. Hiền lúc này như đang chìm đắm trong suy tư, mãi một lúc sau khi nhấc tách cà phê lên miệng mới thấy Trung đứng ở ngưỡng cửa bếp.

- Chị pha cà phê rồi, em uống không?

Rót cho mình một tách, Trung cầm đi lại bàn ngồi xuống. Hiền quay mặt nhìn trở ra ngoài vườn nói bâng quơ, mưa đã tạnh. Trung nhìn theo ra vườn. Cơn bão hung bạo tối qua nay chỉ còn là cơn mưa phùn. Ngoài kia vạn vật vẫn còn ướt dưới một bầu trời xám xịt. Gió đã lắng xuống nhưng những cành hoa mấy cọng rau ngoài vườn còn trĩu xuống.

- Cám ơn chị đã lo cho em, Trung nói nhẹ.

Hiền mỉm cười.

- Chị cũng cám ơn em. Bao nhiêu năm nay chị chưa vui như bây giờ.

Trung trong lòng cảm động vô cùng vì câu nói đó. Hiền dịu dàng nói tiếp.

- Chị cứ tưởng đời mình lúc nào cũng cô đơn nhưng giờ dường như đã khác.

Hai người im lặng nhìn nhau như nói chuyện bằng những cái nhìn. Để phá tan bầu không khí thảm, Trung đùa.

- Vậy là chị làm hỏng chương trình của em rồi. Em đâu định ở đây luôn đâu, giờ phải chôn thân ở đây vì chị.

Hiền phá lên cười.

- Khổ thân em, chí trai vùng vẫy của em giờ bị chôn ngoài vườn rau kia.

Hai người cùng cười khoan khoái vì mấy câu nói đùa. Chợt Trung đề nghị.

- Chị này, hôm nào chị cho em vẽ chân dung chị.

Hiền lắc đầu.

- Chị già rồi, đẹp đẽ gì nữa mà em vẽ.

- Không! Chị đẹp lắm, câu trả lời thành thật, em rất muốn vẽ chị một bức tranh thật đẹp.

Câu khen của Trung làm Hiền xúc động, chợt đưa tay lên sửa lại mái tóc như một phản ứng tự nhiên, bàn tay lần đi xuống chiếc cổ trắng nõn rồi ngừng trên bờ vai trần. Trong đầu óc Trung đã hình dung ra bức tranh Hiền tuyệt đẹp, nét đẹp thật á đông, nét đẹp dịu dàng lẫn u buồn chịu đựng.

Hiền ngửng lên.

- Ừ! Em muốn vẽ thì vẽ nhưng phải nói trước để chị sửa soạn.

Ánh nắng vàng dịu từ ngoài chiếu vào bếp qua kẽ hai tấm màn cửa sổ.

- Kìa, mặt trời đã lên! Hiền reo lên kéo màn sang một bên để thêm nắng lùa vào.

Trung đứng lên đem tách cà phê đặt vào trong bồn rửa chén.

- Em phải về, chị. Em còn nhiều việc phải làm. Xe em đậu gần đây, để em đi bộ ra.

Hiền đứng lên theo nói để chở ra chỗ đậu xe nhưng Trung cười trấn an nói.

- Em khoẻ rồi, bây giờ thì cần không khí mát cho tỉnh thêm. Em sẽ lại thăm chị. Cám ơn chị đã lo lắng thật chu đáo.

- Ít ra em để chị đưa ra đến cổng.

Trung lên tiếng cản vì bên ngoài còn lạnh và ướt nhưng đành chịu vì Hiền có vẻ nhất định. Hai người đi bên nhau chậm chạp trong im lặng ra đến cổng dưới cái dù to Hiền cầm che. Một cơn gió lạnh buốt chợt thổi qua, Hiền rùng mình đi sát vào người Trung.

Đến cổng Trung bảo.

- Thôi chị đi vào đi kẻo lạnh ngã bệnh bây giờ.

Hiền đùa.

- Thì chị hy vọng là em sẽ đền ơn chị bằng cách lo lắng cho chị.

Trung cười, tần ngần nhìn Hiền rồi quay lưng rảo bước trên con đường đất nay đã đọng nhiều vũng nước.

Hiền vẫn đứng dưới cơn mưa phùn nhìn theo bóng Trung đi khuất ở cuối đường.

~§~

BnKhôi

8

Tiếng chuông reo báo hiệu giờ cơm trưa. Học trò từ các lớp học chạy túa ra hành lang đến phòng ăn. Hiền lau bảng xong sắp xếp lại đống sách trên bàn trước khi đi ra. Có tiếng gõ cửa, nàng nhìn ra thấy Trung đứng ngoài cửa nhìn mình nhe răng cười. Hiền ngạc nhiên lẫn thích thú, giơ tay ra hiệu bảo vào.

- Sao em biết chị làm ở đây?

- Dễ thôi! Ở tỉnh lẻ này có được mấy trường học? Hôm nay em đến mời chị đi ăn trưa.

Nét vui sướng hiện rõ trên mặt Hiền.

- Cám ơn em, vậy thì mình đi nhưng chị có bốn mươi phút thôi.

Hiền quơ tay lấy áo khoác rồi sánh vai Trung đi ra. Một vài cô giáo đồng nghiệp đi ngang nhìn hai người cười ranh mãnh.

- Bạn chị cười mình gì vậy? Trung thắc mắc.

- Tại đây là lần đầu tiên chị đi ăn trưa với một người, Hiền trả lời, trong giọng nói có gì vui. Mà em định đưa chị đi đâu?

Trung cười úp mở nói.

- Một quán ăn mới mở chỉ dành riêng cho mình.

Chiếc xe đi vào trung tâm thành phố rồi ngừng trước một công viên trên một ngọn đồi nhỏ. Đậu xe xong, Trung mở rương xe lôi ra một giỏ *picnic* đựng mấy ổ bánh mì và một chai rượu.

Ra vẻ quan trọng, Trung giang hai tay nói to.

- Xin ra mắt nhà hàng Hiền Trung.

Hiền ôm bụng cười.

- Chị chịu thua nhưng chị phải đi dậy lại, không uống rượu được đâu, để hôm khác.

- Không sao, em đã lo mọi chuyện, Trung đáp xong lấy từ trong giỏ ra hai chai nước nho, bây giờ mình uống nước nho không có men, chai có men mình để dành cho ngày chủ nhật này vì em sẽ đến để cho chị dịp may giữ lời hứa.

Hiền ngạc nhiên.

- Hứa gì?

- Sao chị chóng quên, Trung trách, chị hứa để em vẽ chị. Nhớ không?

- Ừ, chị nhớ rồi, vậy chị sẽ chờ em.

Hai người ngồi nhai bánh mì. Thấy môi trên Trung dính một miếng hành, Hiền cầm khăn lau đi. Trung mỉm cười có vẻ ngượng nhưng thấy vui trong lòng.

Hiền nhìn xung quanh, nàng biết rành chỗ này vì thường lên đây ngồi một mình mỗi lần mãnh lực của nỗi cô đơn trở nên quá mạnh. Cái băng đá sát gốc cây cổ thụ nhìn xuống thành phố sinh hoạt ở dưới là chỗ ngồi thường trực của Hiền nhìn xuống dưới quan sát người người qua lại buôn bán. Nàng thích nhìn người ta nói chuyện rồi đoán họ nói gì dựa trên nét mặt và cử chỉ tay. Đôi khi thấy những cặp tình nhân dìu nhau đi trao nhau những nụ hôn, Hiền cảm thấm thía nỗi cô đơn đứng lên ra về.

Nhưng hôm nay Hiền ngồi trên bãi cỏ cạnh một người thanh niên tràn đầy sức sống, một người trai trẻ hơn và gọi nàng là chị, một người con trai đã trải qua một đêm dưới cùng một mái nhà với nàng, một người thanh niên khen mình là đẹp và đòi vẽ mình lên tranh. Hiền chợt thấy yêu đời vô ngần, muốn thời gian ngưng đọng để mình ngồi đây mãi mãi với người con trai ấy nhưng đồng thời lại muốn thời gian qua nhanh để chủ nhật đến sớm để ngồi đó cho người ta ngắm nét đẹp của mình dù đã đứng tuổi.

. . .

Vừa nghe tiếng xe ngoài sân, Hiền vội bỏ tách trà xuống chạy ra đón Trung. Cả sáng nay ngồi sửa bài làm học trò trong khi chờ, Hiền cứ đứng lên nhìn ngóng ra cổng rồi đi ra đi vào, trong lòng nơm nớp sợ Trung không đến.

Bước xuống xe tươi cười chào, Trung thấy sáng nay Hiền trông đẹp rực rỡ hơn hôm trời bão. Nàng tiến lại đỡ lấy túi xách từ trên vai xuống đem vào nhà trong khi Trung khệ nệ khiêng giá vẽ và các thứ khác theo sau.

Vào trong Trung đứng xích ra xa ngắm người sắp ngồi làm mẫu.

- Chị hôm nay trông đẹp hơn, em sợ không vẽ hết được nét đẹp của chị.

Hiền cười má hơi ửng hồng.

- Em chỉ thích ghẹo, chị thì sợ làm tốn màu của em thôi.

Nhìn Hiền trong cái áo len cao cổ, Trung bảo.

- Chị thay áo khác được không? Em muốn vẽ cái cổ cao của chị. Em chưa thấy ai có cái cổ đẹp như của chị, ngay cả mấy cô người mẫu em thuê trước kia.

- Em chỉ khéo nịnh.

Nói vậy nhưng Hiền vẫn đi vào phòng ngủ thay áo, một lát sau trở ra trong một chiếc áo cánh hở cổ, đi lại ngồi xuống cái ghế cạnh cửa sổ Trung chỉ cho ngồi, cũng cái ghế mà nàng ngồi sáng hôm nọ. Trung đi lại gần để sửa thế ngồi của Hiền, khẽ xoay vai ra ngoài để ánh nắng qua cửa sổ chiếu lên nửa khuôn mặt và bắt đầu vẽ.

Sau hai tiếng đồng hồ, Trung ngừng tay, ngồi phệt xuống chiếc ghế dài. Hiền đi lại ngắm bức tranh xong ngồi xuống bên cạnh Trung lên tiếng khen.

- Em vẽ hay lắm. Màu rất đẹp, rất linh động. Người trong tranh trông linh động hơn người thật.

Trung nhìn người trong tranh rồi nhìn người trước mặt.

- Em chỉ sợ mình không đủ sức diễn tả được hết nét đẹp của chị.

- Chị thì lại sợ là em ... quá tay.

Tuy cơn ốm nặng đã gần qua nhưng vẫn chưa hoàn sức còn thấy yếu trong người, Trung ngả đầu ra phía sau, nhắm mắt lại. Biết Trung mệt lả người cần nghỉ, Hiền khẽ đi ra.

Khi Trung thức giấc thì đã quá trưa, trong nhà im lặng như tờ. Trung đứng lên thấy trên bàn có một dĩa cơm và một miếng giấy với giòng chữ viết.

"Trung em, chị chạy ra phố có tí việc. Chị làm sẵn dĩa cơm trên bàn, em cứ ăn."

Sẵn bụng đói cồn cào, Trung ngồi xuống bàn ăn ngấu nghiến. Ăn gần hết dĩa cơm thì có tiếng xe bên ngoài. Hiền vừa về đến đậu xe trong sân cạnh thửa vườn, bước xuống xe tay xách vài bị giấy nhưng không vào nhà mà đi về bờ ao, chúm miệng kêu đàn gà và vịt. Lũ gà vịt chạy lại vây xung quanh, Hiền thò tay vào bị lấy một nắm hạt ném xuống đất xong ngồi xuống chiếc ghế gỗ cạnh bờ ao nhìn đàn gà vịt tranh ăn, mỉm cười nhìn ra chiều thích thú. Một làn gió nhẹ thổi qua làm vài sợi tóc xõa xuống trán, Hiền đưa tay lên sửa lại mái tóc, kéo ra phía sau, gỡ sợi dây cột tóc ra buộc lại rồi đứng lên dựa vào thân cây kéo áo lên che cổ cho khỏi lạnh. Hình ảnh Hiền đứng bên bờ ao dưới tàng cây với lá vàng bay xung quanh trong cơn gió và đàn gà vịt chạy loanh quanh dưới chân là hình ảnh đồng quê tuyệt đẹp mà Trung chưa từng thấy bao giờ, một vẻ đẹp thanh bình trìu mến.

Khoác áo lạnh lên người, Trung mở cửa bước ra đi lại. Nghe tiếng chân trên lá, Hiền quay đầu sang, mỉm cười đưa tay ra như bảo "Lại đây với chị." Trung lại đứng gần đứng bên cạnh.

Trời như trở lạnh hơn. Trung bảo đi vào nhà khi thấy Hiền rùng mình,

- Không sao, mình đứng đây một lát đã.

Má người thiếu phụ ửng hồng vì lạnh càng làm tăng vẻ đẹp thêm.

- Khi nào trời không mưa, chị vẫn thích ra đây cho gà vịt ăn, làm mình cảm thấy thoải mái trong lòng, những lo âu phiền muộn bớt đi, Hiền nhẹ nhàng nói, nhìn lũ chúng dành ăn làm mình thấy cuộc đời sao bình thản, bớt đi nhiều phiền nhiễu.

Trung đồng ý, đời sống trong thành phố làm gì có những hạnh phúc đơn sơ như vậy. Nơi đây cho con người một cảm giác yên bình, một lòng thanh tịnh.

Hiền ngồi xuống cạnh Trung rồi kể.

- Ở quê nhà, nhà chị cũng có một cái ao như vầy. Trước khi lấy anh Hùng, chị còn ở với cha mẹ chị ở dưới quê, xa Sài Gòn. Chị còn nhớ nhà có một thửa vườn trồng rau cũng như vườn của chị bây giờ (Hiền chỉ cho Trung mấy luống rau giờ đã bị gió thổi rạp xuống), mẹ chị nuôi một đàn vịt và đàn gà. Nhiệm vụ của chị là cho tụi nó ăn. Ngày hai lần, mỗi sáng trước khi đi học và trưa khi đi học về là chị bưng ra một rổ thức ăn, em còn nhớ loại rổ mây mình hay dùng khi xưa không? Chị bưng rổ mây ra rồi quăng thức ăn xuống đất. Mấy con gà con vịt khôn lắm, mỗi lần thấy chị cầm rổ ra là tụi nó biết sắp được ăn, thế là tụi nó kêu lên rồi túa chạy về chị. Chị thích nhất là xem lũ gà con vịt con ăn, sao dễ thương ghê, thấy tụi nó vô tư cũng như trẻ con.

Hiền quay sang Trung bảo.

- Em đốt một điếu thuốc lên đi, cho thơm.

Trung ngoan ngoãn nghe lời. Hiền kể tiếp.

- Ao nhà chị có nhiều bèo, có sen, có cá, có cả rau muống. Nhà có ao mà chị lại không biết bơi tại nhát. Mỗi lần nhà có khách là cha chị ra câu một con lên bảo mẹ chị chiên vàng ròn đãi khách. Có khi mẹ làm thịt gà nữa, chị không cho làm mấy con gà mà chị thích. Học gần xong trung học thì chị gặp anh Hùng. Sau khi tốt nghiệp trường võ bị Thủ Đức, anh ấy được biệt phái về quận lỵ nơi nhà chị. Anh làm trung đội trưởng đóng quân ngoài mé rừng.

Hiền ngừng nói, mỉm cười. Trung lén nhìn Hiền thấy nàng mơ màng ngỡ như đang thấy lại những ngày hạnh phúc của thưở mới biết yêu.

- Trường trung học chị tổ chức đi ủy lạo đơn vị của anh Hùng. Xe trường chở tụi chị đi một lúc lâu mới đến nơi. Chị ở trong ban văn nghệ, hôm đó chị lên hát bài Quê Hương Tôi trong khi mấy cô kia hát mấy bài tình ca lính hay nhạc kích động. Hát xong chị đi xuống chỗ người ta để nước uống, anh Hùng đã đứng đó. Anh cao lớn, da ngăm đen, đeo lon trung úy, bên hông đeo một khẩu Colt, ra dáng một chỉ huy trưởng. Anh khen chị hát hay, chị nhớ anh nói "Tôi thích bài cô hát." Chị mắc cở quá không biết nói gì, chỉ lí nhí cám ơn xong bỏ đi. Chị quay lại nhìn thì thấy anh hãy còn đứng đó nhìn theo chị cười hóm hỉnh. Chị mắc cở thêm bỏ chạy về chỗ mấy cô bạn. Sau phần văn nghệ là phần đi thăm đồn để nói chuyện với lính. Nhà trường chia tụi chị ra từng nhóm đi mấy chỗ khác nhau. Trời xui khiến sao nhóm chị đi trúng phòng chỉ huy. Vào phòng, tụi chị thấy vài sĩ quan trẻ đã ngồi sẵn như đang chờ mình. Không hiểu sao tự nhiên chị thấy hồi hộp trong lòng, một phần không muốn thấy anh Hùng ở đó, một phần hy vọng được gặp anh ấy một lần nữa. Mâu thuẫn quá hả Trung?

Vào đến nơi không thấy anh Hùng, chị hơi thất vọng. Trong khi mấy cô bạn chị tíu tít nói chuyện với mấy ông sĩ quan trẻ thì chị trốn ra ngoài ngồi cạnh cửa ra vào. Chợt chị thấy anh Hùng từ xa đi về hướng chị, chị cuống lên nhưng không cử động gì được, cứ như tượng đá. Anh ngồi xuống cạnh chị rồi chọc "Cô ngồi đây chờ tôi chắc?" Chị nguýt anh ấy một cái. Anh cười phá lên "Mấy cô nữ sinh hay hờn quá, thôi để tôi đền cho." xong anh đứng lên mời chị theo anh đi dạo. Chị nhớ anh dẫn chị đến gần một cây gì đó rất cao có nhiều hoa rất đẹp rồi hái cho chị một cái. Rồi anh đưa chị lên một lô cốt cao. Anh chỉ cho chị xem rặng núi xa xăm, anh chỉ chị cánh rừng xanh, mấy con đường làng có xe bò đang đi, những thửa ruộng còn lúa nặng hột. Anh nói "Bây giờ nơi này còn bình yên, mình còn hưởng được những cảnh đẹp như vầy nhưng biết đến khi nào." Giọng anh nghe thật buồn làm chị cũng cảm thấy xúc động theo. Sau đó anh Hùng hỏi tên tuổi chị, hỏi về việc học, về nhà chị. Lúc này thì mình đỡ nhát rồi, chị hỏi lại anh ấy về gia cảnh. Anh Hùng là con trưởng, gia đình anh ở tận Sài Gòn. Đây là nơi mà chị chưa được đi thăm, chỉ nghe kể lại hay xem trên báo chí. Anh có một cô em gái tuổi bằng chị và một em trai còn học trung học. Ra trường sĩ quan Thủ Đức, anh được lệnh về vùng chị đã được hai năm. Đến giờ phải về, sao chị quyến luyến không muốn đi. Anh Hùng hứa khi nào có dịp sẽ ghé nhà chị thăm.

Chị đâu ngờ là anh Hùng giữ lời hứa, anh ấy đến thật. Chị mắc cở với cha mẹ chị ghê. May là cha mẹ chị không khó về chuyện anh ấy lại thăm chị, có lẽ là vì thấy chị cũng đã lớn. Anh Hùng lại chơi vài lần, cha mẹ chị có cảm tình với anh ngay. Chị còn nhớ lần đầu tiên anh Hùng hôn chị. Hôm đó chị dẫn anh ra bờ ao để câu cá vì mẹ chị muốn làm một bữa cơm ngon đãi anh, lúc đi vòng phía sau cái cây lớn che hai đứa nên người trong nhà không thể thấy được, anh Hùng bất thần kéo chị sát lại anh rồi hôn lên môi chị.

Kể đến đây Hiền ngừng lại quay sang nhìn Trung, đôi má Hiền đỏ lên như mắc cỡ vì lỡ kể lại chuyện thầm kín riêng tư của mình. Trung vờ làm mặt nghiêm để Hiền đỡ thẹn rồi chọc.

- Em không cười chị đâu, cứ kể đi, em đang chờ nghe muốn biết anh chị đã làm gì sau đó đằng sau cái cây to.

Hiền đánh nhẹ lên đầu Trung, "Em hay đùa giống như anh Hùng," xong kể tiếp.

- Lần đầu tiên được hôn trong đời, chị có một cảm giác khó tả, nó làm sao ấy. Chị thẹn quá bỏ đi chỗ khác. Anh Hùng tưởng chị giận nên cứ theo xin lỗi. Lúc chiều đưa anh ấy về, ra đến đầu đường, chị nói "Em không giận đâu." Anh Hùng mừng quá ôm chị hôn một cái nữa rồi đi. Anh chị quen nhau được năm sáu tháng gì thì cha mẹ anh Hùng từ Sài Gòn ra hỏi cưới chị cho anh ấy. Cha mẹ chị chịu ngay, thế là chị thành bà thiếu úy. Có cái chị không thích là phải vào đồn ở. Anh chị có phòng riêng nhưng chị vẫn không quen vì đang ở với ông già bà già nhà có ba người thôi, rộng thênh thang yên tịnh, bây giờ ở chung với cả đồn, gần cả trăm người. Ở mãi rồi cũng quen. Khi chị có thai đứa con đầu, anh Hùng cho chị về nhà ở với cha mẹ chị để mẹ chị chăm sóc cho chị và đứa bé khi ra đời.

Kể đến đây tay Hiền chợt siết nhẹ tay Trung rồi im lặng một lúc thật lâu. Nhìn nét u buồn chợt đến trên mặt Hiền, Trung biết nàng đang cố dằn xúc động để kể tiếp câu chuyện đời mình mà Trung đoán đi vào một khúc ngoặc bi thảm, thở thật khẽ để nghe được từng chữ từ môi người thuật.

Giọng Hiền trở nên trở nghẹn ngào.

- Chị đẻ con gái, đặt tên cháu là Nhi, bé Nhi. Bé Nhi chết hai tháng sau khi sanh. Mấy ngày trước, bé lên cơn bệnh nặng. Thật là bất hạnh, hôm đó Việt Cộng đánh vào quận lỵ khắp nơi, đánh dữ dội lắm. Anh Hùng phải chỉ huy cuộc phòng thủ ngoài đồn. Địch quân đánh sát quá, máy bay không làm gì được. Chị nằm trong phòng trú ẩn, ôm bé Nhi trong tay mà miệng luôn cầu Trời cầu Phật. Mấy giờ đồng hồ sau, bé Nhi chết trên tay chị trong khi đạn bắn mìn nổ khắp xung quanh. Lòng chị như tan nát, em ơi!

Hiền bật khóc nức nở làm Trung cũng mủi lòng rươm rướm nước mắt, quay sang cầm tay nàng để an ủi nhưng Hiền nhẹ nhàng kéo tay ra lau nước mắt rồi kể tiếp.

- Anh Hùng cầm cự được vài ngày cho đến ngày 29 tháng Tư thì thất thủ và anh bị bắt. Chị chạy ra ngoài đồn tìm anh thì chỉ kịp thấy tụi nó dẫn anh đi, anh chị không nói được câu nào. Cả quận và đồn thật hoang tàn, đổ nát hết. Xác chết lính hai bên nằm la liệt. Chị về nhà cuốn bé Nhi trong cái chiếu rồi chôn gần cái cây nơi bờ ao. Mỗi nhát cuốc đâm xuống đất như một nhát dao đâm vào tim chị. Chị muốn chết hết sức nhưng ba mẹ khuyên chị phải sống chờ ngày chồng về. Những ngày sau đó chị như một cái xác không hồn, chị không ăn uống gì được. Rồi ngày tháng qua đi, chị biết chị phải sống vì anh Hùng. Tụi nó đưa anh ra Suối Máu giam ngoài đó. Em biết mỗi lần đi thăm không phải dễ. Chị còn nhớ lần đầu ra thăm anh, cho anh hay tin bé Nhi chết. Anh ngồi đó chết lặng, chị thì khóc tủi thân cho chồng và cho mình. Anh Hùng an ủi chị, nói là anh sẽ về rồi hai vợ chồng sẽ gầy dựng lại. Chị cũng nuôi hy vọng, ra về. Không bao lâu sau, cha mẹ chị bị mất hết nhà cửa, bị tịch thu hết. Gia đình chị dọn ra ở trong một căn gác nhỏ, mẹ chị và chị thì cũng như mẹ em và chị em phải xoay qua buôn bán nuôi thân. Không nói nhiều nhưng em cũng biết chuyện đó không dễ làm, nay công an ruồng mai phường đuổi, nhưng cũng xong.

Ngày anh Hùng về là ngày vừa mừng vừa tủi, mừng là hai vợ chồng được đoàn tụ nhưng tủi là anh Hùng không thấy con ra đón cha. Chị dẫn anh lại mộ bé Nhi thắp nén nhang. Bao năm bị đày đọa trong tù đã làm anh thành người chai đá nhưng khi thấy mộ con anh đã quỳ xuống khóc thật nhiều. Vài năm sau, anh chị ra đi để làm lại cuộc đời. Anh nói nếu mình thoát được đến bờ tự do thì sẽ có con, sẽ gầy dựng lại hết. Thì cũng như em, may đi được lần đầu, nhưng khi ra biển, sao đời mình nhiều bất hạnh ...

Kể đến đây thì nước mắt Hiền rơi lã chã. Quá xúc động, nàng không kể tiếp được. Có những kỷ niệm được chôn sâu trong ký ức nhưng chỉ cần một biến cố dù nhỏ nhoi đến đâu xảy đến cũng có thể khơi dậy, làm bật máu lại vết thương tưởng đã lành dưới lớp băng thời gian.

Cơn gió ở đâu thổi về lạnh buốt. Cặp môi Hiền rung rung, người thì run lên. Trung dìu Hiền đứng lên đưa vào trong nhà, cho ngồi bệt xuống chiếc ghế dài rồi lại lò sưởi cho thêm củi vào xong vào trong bếp pha một ấm trà nóng bưng ra rót vào tách bưng lại. Hiền đỡ lấy tách trà, giữ trong tay cho ấm rồi nhấp một ngụm nhỏ. Trung không muốn nghe Hiền kể tiếp chuyện gia đình nữa, một phần sợ nàng bị xúc động nhiều, một phần chính mình cũng chịu không nổi câu chuyện buồn thê thảm này. Hơn nữa, nhìn Hiền trong tình trạng tâm thần này làm Trung khổ sở không ít. Mình có thể chịu đựng được sự đau khổ của chính mình nhưng phải nhìn sự đau khổ của người khác là một cực hình to lớn hơn.

Trung nhẹ nhàng nói.

- Chị, thôi đừng kể nữa. Em không muốn nghe đâu, chuyện buồn quá. Để em đưa chị vào giường nghỉ.

Hiền cười gượng đưa tay ra nắm lấy tay Trung.

- Đã bao nhiêu năm trời sống trong cô đơn nơi quê lạ xứ người như vầy, giờ chị mới có người để kể lại như để trút hết những tâm sự buồn mình giữ trong lòng.

Nhìn ra ngoài thấy trời đã xế chiều, Trung cảm thấy thật ái ngại không biết là nên ở hay về. Ở thì sợ bị hiểu lầm có dụng ý tối, về thì bất nhẫn vì Hiền trong tình trạng tinh thần như vầy đang cần người bên cạnh. Trung lưỡng lự một lúc rồi đứng lên nói.

- Chị Hiền, chị cần nghỉ ngơi vì mai thứ hai chị phải đi dậy, học trò của chị cần chị. Thôi em về.

Hiền ngửng lên nhìn Trung, cái nhìn vừa buồn vừa như trách móc sao nỡ bỏ về. Trung như ngầm hiểu, ngồi xuống nói, vậy thì em ở lại với chị.

Mặt trời từ từ lặn mất sau rặng cây nhưng cả hai dường như không để ý. Trong nhà im lặng như tờ, thỉnh thoảng chỉ có tiếng sụt sùi của Hiền. Ánh lửa trong lò sưởi hắt lên tường những hình ảnh nhảy múa như ma chơi. Không ai buồn đứng lên bật đèn. Không khí trong nhà trở nên âm u, chỉ có hai cái bóng đen bất động.

- Trung, lại gần chị, Hiền kêu lên nho nhỏ.

Trung ngồi xích lại gần. Hiền nắm lấy tay Trung kéo lại gần hơn rồi nằm dài xuống ghế làm Trung phải nằm theo.

- Trung, ôm chị đi, giọng Hiền khẩn khoản.

Trung vòng tay ra trước ôm tấm thân còn run rẩy trọn trong vòng tay để dựa lưng lên ngực mình. Hai người nằm trong nhau nhìn ngọn lửa cháy bập bùng.

- Nằm thế này mãi rồi ngủ luôn không dậy chị cũng chịu, Hiền nói xong quay lại nhìn Trung.

Mặt hai người thật sát nhau. Hiền thấy ngọn lửa nhỏ đang nhảy múa trong hai con mắt Trung, ngọn lửa nhỏ này dường như thôi miên, kéo mặt mình lại sát mặt Trung rồi đặt môi mình lên môi Trung lúc này đang cảm thấy vô cùng yếu ớt trước sự cám dỗ. Nụ hôn thật lâu, hai người như trao đổi hơi thở cho nhau. Hôn xong Hiền quay lại thế cũ dựa lưng trên ngực Trung, hai tay ôm cánh tay người con trai đang quàng qua người mình và nhắm mắt lại. Còn ngây ngất vì nụ hôn, Trung siết Hiền chặt hơn vào người mình.

Cả hai cùng ngủ thiếp đi lúc nào không hay.

~§~

BnKhôi

9

Đây là lần đầu tiên Hiền lại thăm Trung tại nhà dù hai người đã quen nhau được hơn tháng nay.

Gần Giáng Sinh trời lạnh nhiều hơn là mưa. Hiền đến bất ngờ không cho biết trước lúc Trung đang vẽ bức tranh thứ nhì cho Morieli. Chính nàng cũng không ngờ là mình sẽ đến, ý nghĩ ghé thăm chỉ chợt đến trên đường lái xe về buổi chiều thứ sáu sau giờ dậy.

Đậu xe ngoài con lộ đất, Hiền đi đến gần nhìn qua cửa sổ thấy Trung đang đứng phóng cọ vẽ. Trông chàng họa sĩ có vẻ say mê họa hình một người con gái nào.

Nghe tiếng gõ cửa, Trung ra mở, ngạc nhiên lẫn vui sướng khi thấy Hiền đứng ngoài.

- Sao chị không cho em biết trước để còn dọn dẹp nhà cửa, bề bộn quá.

- Chị lại bất thần để rình bắt gặp em với cô nào đó.

- Cô nào? Chả có cô nào hết, bây giờ chỉ có một cô này thôi ... đang đứng trước mặt em.

- Thôi đừng tán chị nào. Đóng cửa lại đi, lạnh quá.

Trong khi Trung vội vàng dọn dẹp sơ qua căn phòng, Hiền quan sát vội căn nhà xinh xắn này. Không hiểu sao trong bụng Hiền là tìm xem có bất cứ dấu vết người con gái nào trong nhà không rồi cảm thấy an tâm khi không thấy dấu vết hay hương hớm con gái trong nhà.

Nhìn bức tranh Trung đang vẽ dở hình một người con gái thật đẹp đang ngồi bên cửa sổ trên người chỉ khoác hờ một mảnh vải để lộ cặp chân thon dài và phần ngực bên trái, Hiền hơi ngạc nhiên hỏi.

- Em vẽ theo trí tưởng tượng hả? Chị không thấy ai ngồi làm mẫu cho em cả.

Trung đáp dối.

- Đúng, em vẽ theo trí tưởng tượng. Bây giờ sẵn chị đây, chị làm người mẫu cho em vẽ nốt.

Tưởng thật, Hiền giật mình trợn mắt nhìn làm Trung phải vội cải chính.

- Em đùa thôi. Sự thật là em vẽ hình này theo một cái em đã vẽ trước kia.

Trung cười lên, chỉ vào bức tranh Mai ngồi khỏa thân bên cửa sổ. Lúc nãy vì bức tranh được dọn vào trong góc nhà để lấy lối đi nên Hiền không thấy, bây giờ thì nghiêng đầu ngắm bức tranh đó một đỗi rồi lên tiếng khen.

- Đẹp lắm, cả tranh lẫn người! Mà ai vậy em?

Trung ngập ngừng trả lời qua loa, thì một cô người mẫu trước kia em thuê, xong vội dẹp dụng cụ vẽ vào góc phòng rồi cho thêm củi vào lò sưởi.

Căn phòng ấm lên, Hiền cởi áo khoác đưa cho

Trung treo lên trên móc áo rồi đi lại chiếc ghế gần lò sưởi định ngồi xuống thì thấy một bức tranh khác cũng vẽ một người con gái trông không khác gì người trên tấm tranh đang được vẽ thấy lúc nãy khi mới đến.

- Mấy tấm này cũng cùng một cô người mẫu hả em? Chị xem được không?

Hiền nói vọng vào trong bếp trong khi Trung pha trà xong đi ra tay cầm mâm có ấm trà và hai tách đặt xuống bàn, điệu bộ có vẻ lưỡng lự lấy một bức đưa cho Hiền.

Ngắm nghía bức tranh khá kỹ, Hiền phán.

- Cô người mẫu này đẹp lắm, cô ta có cái nhìn ... gọi là gì, đắm đuối? Rất dễ làm đàn ông mềm lòng!

Im lặng.

- Thế em có mềm lòng mỗi khi ... gần cô ấy?

Câu hỏi nửa đùa vô tư không cần câu trả lời nửa thắc mắc thật sự muốn được đáp. Trung đáp lấp liếm.

- Ơ ... cũng hơi mềm nhưng chuyện xưa rồi, qua lâu rồi, không còn gặp nữa.

- Em có mấy bức khác không cho chị thưởng thức?

- Em chỉ còn giữ mấy bức thôi mà cùng một cô người mẫu.

Hiền bật cười.

- Ưu ái đến độ bỏ hết chỉ giữ một cô này. Em thật tình cảm nhỉ!

Đến phiên Trung bật cười.

- Ưu ái gì chị. Người ta có chồng rồi, em thích vẽ

cô này vì ... mấy cô kia đòi giá cao. Vậy thôi!

Đáp xong Trung liền đổi đề tài.

- Hôm nay chị đi dạy ra sao, nhiều việc không?

- Cũng như mọi ngày, có cái là thứ sáu nên cho học trò ít bài làm.

- Chị thương học trò lắm hỉ?

Hiền mỉm cười.

- Thương chứ, chị thích dạy con nít tiểu học hơn là trung học vì tụi nó còn biết lễ phép, biết nghe. Nhiều lúc ngồi trên bàn mình nhìn mấy đứa đang làm bài ở dưới, đứa thì nghẹo đầu, đứa bẻ cổ, đứa trợn mắt viết, trông vừa buồn cười vừa dễ thương.

Rồi Hiền chợt trở nên trầm ngâm, giọng tư lự.

- Khi chị nhìn lũ học trò, chị hay nghĩ đến đứa con gái của chị. Chị tự hỏi nếu bé Nhi còn sống thì giờ này mặt mũi ra sao, giống chị hay anh Hùng, học hành thế nào. Đã gần mười năm trời. Gần mười tuổi thì còn học tiểu học.

Nhìn sang thấy Trung cũng tư lự như mình.

- Xin lỗi em, chị cứ đem mấy chuyện buồn ra kể làm em buồn lây.

Trung lắc đầu nói như tự nhủ chính mình.

- Chạy trốn chuyện buồn chưa chắc đã làm mình quên được. Lắm khi mình phải chấp nhận sống trong chuyện buồn, xem nó như là một phần sống trong đời mình, một người đồng hành mà có khi mình trò chuyện trực tiếp với nó. Một khi mình không còn chạy trốn chuyện buồn nữa thì nó sẽ không còn là chuyện buồn.

- Em nói đúng ý chị, nếu không làm được vậy thì chị đã thành người điên rồi. Chị đã mất hết, cha mẹ, chồng con. Ít ra em còn chị Tâm. Chị chỉ còn kỷ niệm và chị phải sống với kỷ niệm ... dù là kỷ niệm buồn, nhưng bây giờ chị hy vọng em sẽ đem lại cho chị những kỷ niệm vui.

Trung không trả lời, chỉ gật đầu, một gật đầu quả quyết. Hiền đứng lên đi lại ngồi xuống bên cạnh ngần ngừ một lát rồi nói.

- Trung, em có nhớ ngày chị kể em chuyện buồn của chị bên bờ ao? Em cũng nhớ tối hôm đó chị đã hôn em?

Trung trầm ngâm đáp, nhớ mãi.

- Cho đến ngày hôm nay chị vẫn không biết là mình đã làm gì sai không nhưng cái hôn đó vẫn còn ám ảnh chị. Nhẽ ra chị phải giữ một ranh giới nhưng chị đã là người xóa nó trước. Chị không biết cảm nghĩ của em ra sao về việc đó. Nhiều đêm chị đã tự hỏi lòng mình nhiều câu hỏi nhưng không tìm được câu trả lời. Nếu cứ sống trong kỷ niệm thì chị vẫn là vợ anh Hùng mẹ của bé Nhi nhưng chị lại gặp em ... Sao phức tạp quá nhi!

Hiền nhìn Trung như chờ câu trả lời. Kéo một hơi thuốc dài rồi nhả một làn khói dày đặc, Trung đứng lên đi lại lò sưởi ném điếu thuốc vào đó xong trở lại ngồi xuống dưới đất cạnh chân Hiền, nắm lấy hai bàn tay nàng mân mê.

- Không cần em nói chị cũng biết cảm nghĩ của em và chị cũng có cùng cảm nghĩ đó. Và đó là điều làm chị khổ sở không ít.

Trung không biết nói sao vì hiểu không những Hiền

còn thương chồng con nhiều mà còn tạo ra một thế giới tưởng tượng nho nhỏ trong đó chỉ có ba người. Từ bao năm nay Hiền vừa sống trong cái thế giới nhỏ đó vừa sống trong sự cô quạnh, rồi Trung đến và người góa phụ bắt đầu có cảm tình với người họa sĩ trẻ nhưng không thể cho vào trong thế giới đó. Vì vậy Hiền khổ sở.

- Mình phải làm gì đây? Hiền hỏi.

- Đến lúc này thì em phải thú thật với chị là em đã yêu chị ... và em nghĩ chị cũng muốn em. Mình làm gì đây? Em không có quyền và cũng không muốn chị cố quên đi những kỷ niệm xưa nhưng em cũng không thể để chị đi . . . mình có thể tạo ra cho mình một thế giới riêng của mình và sống trong đó.

Hiền gượng mỉm cười gật đầu như tán thành.

- Rồi mình bắt đầu một cuộc sống mới nhưng vẫn giữ những hình ảnh đẹp khi xưa, Hiền đã nói với Trung như thế đêm hôm đó.

Ban đêm thật yên tịnh, chỉ có tiếng sóng biển vọng lại từ bãi cát sau nhà.

10

Chiếc xe rẽ phải, đi chậm lại rồi ngừng bánh. Trung ngồi sau tay lái nhìn sang miếng vườn con với nhiều bụi hoa hồng lung lanh nhè nhẹ trong gió. Những kỷ niệm vui buồn ngày nào tuần tự trở về trong đầu óc. Trung về dự đám cưới Tâm và Quang nhưng định sẽ đi ngay sau đó. Nếu không phải là đám cưới chị không chắc bao giờ trở lại đây.

Nhìn đồng hồ thấy hãy còn sớm, Trung cho xe chạy chầm chậm lại gần quán cà phê đầu đường vào gọi một tách đem ra chiếc bàn bên ngoài.

Trung ngồi xuống đưa mắt quan sát căn nhà xưa, thắc mắc hiện giờ ai đang ở trong đó. Không cần chờ lâu, cửa nhà xịch mở, một người đàn bà đi ra tay dắt một đứa bé gái rất xinh độ năm sáu tuổi. Theo sau là một thanh niên tay xách một chiếc xe đẩy cho trẻ con. Đứa bé tay cầm một con búp bê bằng vải. Hai mẹ con nói chuyện líu lo thật dễ thương. Người đàn bà quỳ xuống sửa lại chiếc áo lạnh cho đứa bé gái, đứa bé thì đưa tay ra sửa lại cái mũ trên đầu mẹ cho ngay. Hai mẹ con nhìn nhau cười rồi ôm nhau hôn. Người đàn ông mở chiếc xe đẩy ra cho người thiếu phụ đặt đứa bé gái vào trong rồi cả gia đình băng qua đường hướng về quán cà phê. Khi đi ngang bàn Trung, đứa bé gái nhìn nhoẻn miệng cười nhe mấy cái răng cửa sún. Người thiếu phụ mỉm cười gật đầu chào rồi cùng chồng đẩy con đi thẳng.

Nhìn hình ảnh gia đình hạnh phúc của người, Trung ngẫm nghĩ đến tương lai của mình với Hiền. Hai người rồi sẽ lấy nhau làm vợ làm chồng như người ta? Trung mường tượng ra khung cảnh gia đình hạnh phúc bên nhau đời đời với một đứa bé gái thật xinh để thay thế cho bé Nhi. Mối tình với Hiền Trung vẫn chưa cho Tâm biết, sợ chị mắng là ai đời đi mê một góa phụ già hơn mình cả chục tuổi. Trung lúc nào cũng thương chị vì ngoài một người chú, em của cha, Trung không còn ai khác là ruột thịt. Hai chị em rất thân với nhau ngay từ nhỏ, đùm bọc lẫn nhau.

"Nhưng một ngày nào đó mình sẽ phải cho chị Tâm biết, chỉ hy vọng chị chấp nhận".

Cái khó đầu tiên là Hiền đã vượt qua được. Nàng đã phơi bày lòng mình cho Trung, đã đón nhận người thanh niên trẻ hơn mình vào trong đời sống mình, và sự hiện diện của Trung sẽ không là bóng mờ bên cạnh những kỷ niệm của Hùng và bé Nhi dù kỷ niệm của mối tình đầu, của nụ hôn thứ nhất và nhất là của đứa con đầu lòng là cái gì vĩnh cửu, không gì thay thế được.

Nhìn lại đồng hồ trên tay, gần mười một giờ. Trung ra xe đi lại nhà chị nhưng đến nơi phải đậu xa đi bộ lại vì nhiều người đã đến trước. Gần đến nhà thì Trung khựng lại vì vừa thấy Duyên đang đứng nói chuyện với Liên ngoài cửa. Trung thật tình không muốn đụng mặt tí nào vì chưa biết sẽ phải xử sự ra sao rồi nhớ đến lời nói của

Duyên dạo nọ trên máy nhắn nói là sẽ bỏ mình để lấy Hoàng.

"Thật lạ! Mình đã xem chuyện đó là xong rồi nhưng tại sao còn khớp?" Trung nhún vai rồi ra bộ thản nhiên đi lại.

Đến sân trước, Trung cười chào Liên "Chào chị" nhưng lại làm mặt tỉnh và lạnh khẽ gật đầu chào Duyên nhưng im rồi đi thẳng vào trong nhà.

- Mười phút nữa nhà trai đến, mọi người chuẩn bị, vào vị trí.

Tiếng người chú ra lệnh như một sĩ quan chỉ huy làm Trung phải phì cười. Chào chú thím lâu ngày chưa gặp xong Trung lẩn ra vườn sau ngồi chờ lễ.

Tiếng ồn ào trong nhà nổi lên rồi từ từ im bặt, hẳn nhà trai đã đến và hai gia đình đang làm lễ trước bàn thờ. Biết Duyên ở trong nhà, Trung không muốn vào, đi lại ngồi trên chiếc ghế xích đu móc thuốc ra hút mà trong lòng chỉ muốn đám cưới xong nhanh để mình còn về lại mạn bắc với Hiền.

- Này, vào nhà đi chứ để chú giới thiệu, tiếng Liên sau lưng.

Trung đành đứng lên lẽo đẽo đi theo vào trong. Trong nhà đông nghẹt người làm Trung hoa mắt không biết Duyên đứng chỗ nào, có thấy mình hay không, hay đã bỏ đi đâu khi biết mình sắp vào.

- Xin giới thiệu với nhà trai, đây là Trung, em trai của cô dâu, tiếng Liên vang lên, cu cậu hãy còn độc thân và vui tính, vậy quý vị nào biết mối nào thì cho hay.

Nhiều tiếng cười nổi lên, Trung chỉ gật đầu lịch sự

chào đám đông, bắt tay Quang, người anh rể mới, và cha anh ta rồi lại lỉnh ra vườn.

Phần nghi thức long trọng và lậy bàn thờ chắc đã qua vì có tiếng mấy chai sâm-banh nổ, tiếng cười huyên náo, tiếng người tranh nhau nói. Mấy người đàn bà túa ra vườn, người lôi cô dâu chú rể, người tay cầm máy chụp hình đòi chụp chung với Quang và Tâm. Cặp vợ chồng mới cười toe toét trông hạnh phúc ra phết. Trung cũng chụp chung vài tấm để làm vui lòng chị. Thấy người ra vườn sau mỗi lúc một đông, Trung đi vào bếp tự rót cho mình một ly rồi đi qua bên hông nhà tìm một chỗ yên tịnh ngồi.

"Đám cưới mình chắc sẽ nhỏ hơn nhiều," Trung mỉm cười nghĩ ngợi, "bên cô dâu thì chỉ có Hiền, nhiều lắm là vài cô bạn thân dạy trong trường. Bên mình chỉ có vợ chồng chị Tâm và nhà chú, hết. Làm to quá Hiền sẽ tủi. Đó là nếu Hiền chịu làm đám cưới kìa, nếu không sẽ chỉ có hai người dắt nhau ra tòa thị sảnh ký giấy".

- Anh Trung!

Quay lại thấy Duyên đứng sau lưng tự lúc nào, Trung đâm lúng túng không biết nói gì, đưa mắt nhìn ra ngoài đường. Duyên cũng đứng trong im lặng. Một lúc sau, Trung nhún vai như chẳng có gì để đáng nói cả. Duyên ném cho cái nhìn đầy tức tưởi rồi quay gót đi. Chợt thấy chán nản, Trung bỏ ra đường định lấy xe lái xuống phố vài vòng rồi trở lại sau.

- Trung! Tiếng Liên gọi sau lưng.

Biết thế nào Liên cũng đề cập đến vụ Duyên, Trung miễn cưỡng dừng chân.

- Em tệ lắm, Liên trách, Duyên nó đến đây một

phần là để nói chuyện với em mà em lại lạnh với nó như vậy. Nãy giờ chị thấy hết. Trông Duyên nó vậy mà không tội nghiệp à!

- Nói cái gì nữa chị, Trung tự nhiên nổi cáu, sắp đi lấy chồng không vui sao còn tìm lại làm gì. Đến lúc này thì đường ai nấy đi. Ông y sĩ trưởng Hoàng đâu?

- Duyên không cho Hoàng qua, em phải biết tại sao.

- Nhưng hai người vẫn định làm đám cưới chứ?

- Thì vẫn làm vì mới làm đám hỏi mấy tuần trước, Liên ái ngại nhìn Trung, nhưng em cũng nên nói chuyện với Duyên một lần nữa đi.

Trung nhún vai.

- Nói chuyện gì? Nói để làm gì? Bây giờ em phải đi chỗ này có ít việc cần. Tối nay sẽ gặp lại tại nhà hàng rồi nói chuyện thì nói.

Trung quay lưng đi với dáng điệu quả quyết. Liên nhìn theo lắc đầu.

Buổi tiếp tân cho đám cưới được tổ chức trên một nhà hàng nổi tại một hồ nước gần trung tâm thành phố. Trung cố tình đến trễ để có thể tự lựa chỗ ngồi riêng tránh Duyên nhưng đến nơi thì khám phá ra là Liên đã sắp xếp cho hai người ngồi cạnh nhau chung bàn danh dự với chú thím, vợ chồng Liên, cha mẹ chú rể, Tâm và Quang. Trung gật đầu chào mọi người rồi miễn cưỡng ngồi xuống. Liếc sang bên, Trung thấy Duyên cúi gầm mặt xuống như tránh nhìn ai rồi chợt cảm thấy như ai đá chân mình dưới gầm bàn bèn dáo dác nhìn quanh và bắt gặp cái nhìn của Liên nhìn mình rồi đưa mắt sang Duyên như nhắc ngầm. Trung đâm bực mình cái bà chị hờ này nhưng không tiện cằn nhằn phản kháng.

- Cô uống nước không để tôi đi lấy, Trung ngập ngừng hỏi, có gì lạnh trong giọng nói.

Duyên ngửng lên trả lời li nhí, Vâng, cám ơn anh!

Trung đã đổi lối xưng hô từ anh em sang tôi và cô. Duyên nhận thấy điều đó. Cả hai bà chị cũng nhận thấy, đưa mắt nhìn nhau rồi ném cho Trung cái nhìn bất bình.

Cũng như tất cả những bữa tiệc đám cưới khác, bữa cơm diễn ra trong bầu không khí vui nhộn. Chỉ riêng Trung và Duyên là ít nói. Hai người hầu như chỉ nói với người khác rồi lại ngồi im ăn. Đến lúc đi chào bàn, mọi người bàn đều đứng lên đi theo Quang Tâm ngoại trừ Duyên và Trung. Khi đứng lên, Liên một lần nữa háy mắt nhắc ngầm. Chỉ còn lại hai người, bầu không khí chợt trở nên nặng nề. Trung muốn ra về hết sức nhưng biết không thể làm vậy được. Bất chợt Duyên quay sang hỏi.

- Anh dạo này vẫn thế?

Trung ấp úng đáp, chẳng có gì lạ, xong trở lại im lặng.

- Sao anh tránh em? Giọng Duyên run run.

Trung hơi ngạc nhiên và bực mình trước câu trách này, nổi cáu.

- Cô sắp lấy chồng thì còn gì mà nói. Bây giờ mình chỉ là hai người lạ. Chúc cô hạnh phúc. Ông y sĩ trưởng hẳn sẽ đem lại nhiều hạnh phúc.

- Cám ơn anh, nhưng Duyên vẫn luôn nhớ chuyện mình khi xưa.

- Thôi, còn gì để nhớ, vả lại nhớ làm gì kẻo chồng ghen, Trung mai mỉa thêm.

Câu nói gần như khóc của Duyên "Tại sao anh lại hằn học với em?" làm Trung một lần nữa ngạc nhiên lẫn vô cùng bực mình. Mới về Cali chưa được một tuần thì Duyên đã thuận lấy người khác, giờ lại trách mình, rõ oan. Càng bực mình, Trung lại càng ngồi ì ra không thèm nói và lại càng nghĩ về Hiền thêm.

Duyên bắt đầu kể lể.

- Hôm anh bỏ về Cali, em vừa buồn lo vừa ghen. Em ghen với Mai, buồn xa anh và lo mất anh. Em không làm gì được. Mẹ em trách em là thương lầm người. Mẹ nói anh là đứng núi này trông núi nọ, nếu vô phước mà lấy anh thì chỉ khổ vào thân. Rồi em chờ mấy ngày mà anh vẫn không thèm gọi. Cứ mỗi lần chuông điện thoại kêu, em chạy lại vồ lấy máy, xong lại thất vọng khi thấy đó không phải là anh. Trong mấy ngày đó, Hoàng an ủi em rất nhiều. Anh đừng hiểu lầm Hoàng, anh ấy không bao giờ nói xấu anh điều gì, chỉ tỏ ra lo lắng cho em thôi. Sau mấy tuần chờ đợi, em chỉ có thể đưa đến quyết định là anh đã chọn Mai thay vì em ...

- Và vì vậy ... đã ưng Hoàng?

Duyên không trả lời, chỉ gật đầu.

- Cô yêu Hoàng? Trung hỏi tiếp.

- Phần nào thôi.

Trung nhún vai.

- Thế cũng được, trước người ta yêu mình, sau đó mình sẽ yêu người.

Chợt Duyên nắm lấy tay Trung nhìn thẳng vào mắt.

- Anh, trước khi đi lấy Hoàng, em muốn anh nói với em là anh không còn yêu em.

- Biết để làm gì, có thay đổi được gì không nhưng nếu cô thật sự muốn biết thì không, không còn ... hết rồi!

Có sự ngập ngừng trong câu nói. Tình yêu Trung dành cho Duyên giờ đã chết nhưng chết trong ân hận. Đến lúc này Trung vẫn còn tin rằng mình đã bỏ cuộc quá dễ dàng và giả dụ đêm đó nếu Mai không đến thì sự việc hôm nay hẳn đã khác. Trung đoan chắc nếu trả lời mình hãy còn yêu thì sẽ gây cho nàng nhiều đau đớn. Một quyết định quan trọng như quyết định hôn nhân không ai muốn sai lầm.

"Thôi, thế cũng xong," Trung nghĩ thầm và cảm thấy như một khối đá thật nặng vừa được nhấc lên khỏi ngực mình.

Điệu slow khởi đầu cho màn dạ vũ. Cô dâu và chú rể dìu nhau nhẹ nhàng trong tiếng kèn saxophone và tiếng đàn điện thiện nghệ của ban nhạc. Được nửa bài, Duyên thỏ thẻ với Trung, nhảy với em một lần đi anh.

Cái nhìn tha thiết thật khó từ chối.

Nhìn khuôn mặt Duyên thật gần trong ánh đèn lu mờ, dìu nàng trong điệu nhạc thôi thúc, Trung nhớ lại thưở nào hai người còn dìu nhau trong điệu nhạc buồn trong căn nhà xưa, những lần yêu nhau cuồng nhiệt buông thả. Tình yêu cho Duyên thật sự đã chết trong ân hận hay còn sống trong ân hận?

"Không thể được, vì Hiền ta cần phải chôn vùi hết," Trung quả quyết.

Điệu slow chấm dứt thật đột ngột cũng như đôi tay

trên vai chợt buông thõng xuống ngay khi đó. Trong vài giây không tiếng nhạc, Duyên nói thầm nhanh, em đi, chúc anh hạnh phúc với Mai, rồi quay gót đi về bàn ăn, cầm chiếc áo khoác lên người bước nhanh ra cửa. Vẫn đứng thờ đó trên sàn nhảy, Trung nhìn ra cửa sổ thấy Duyên đã lên bờ hồ. Hình như Duyên đưa tay lên lau mắt trước khi lên xe.

"Rồi cũng chỉ là ký niệm," Trung nói thầm, nhìn theo xe Duyên khuất dần sau hàng cây sao dọc theo bờ hồ.

Tối hôm đó, trên đường về nhà, Trung phóng xe thật nhanh, trong đầu chỉ nghĩ đến Hiền và cái lò sưởi với ngọn lửa bập bùng như nhảy múa trong căn nhà nhỏ ấm cúng.

~§~

BnKhôi

11

Mưa đã ngưng từ mấy tháng nay nhưng khí hậu vẫn còn lạnh buốt. Đó là thời tiết bình thường của vùng này khi xuân về vào cuối tháng ba. Bãi biển rất lạnh nhưng vẫn có người dạo chơi co ro trong áo lạnh dày cộm. Đâu đó vài người đứng câu cá. Họ chờ cho sóng rút ra khooi rồi chạy xuống nước, quăng dây câu đầu buộc lưỡi và cục chì hết sức cho đi xa rồi chạy trở lên bãi, cắm cần xuống cát, ngồi co ro chờ.

Biển lạnh có cái quyến rũ riêng của nó. Khác hẳn với biển vùng miền Đông hay các vùng nhiệt đới như miền Việt Nam là nơi biển đồng nghĩa với ánh nắng chan hòa, những ngọn gió nóng và luồng nước mát dễ chịu, biển ở đây nước lạnh như băng, chỉ để ngắm, để chiêm ngưỡng những ngọn sóng bạc đầu cao đập vào các ghềnh đá một cách vũ bão văng tung tóe.

Hiền sắp đến, hai người đã hẹn nhau tại đây vào ban trưa. Mấy tháng nay Trung chưa đặt chân vào hãng rượu vì trời mưa lạnh giữ chân trong nhà nhưng vẫn tiếp tục vẽ ở nhà. Bức thứ hai, tức là bức tranh của Mai mà Hiền thấy khi nhà thăm lần đầu, gần xong. Trời mưa và lạnh làm con người thấy lười hơn, chỉ thích cuộn mình trong chăn ngủ hay đọc sách. Hơn nữa, Hiền lại thăm thường hơn và ngược lại Trung cũng lại nhà Hiền thường, có khi ngủ lại đó cả hai ngày cuối tuần. Đã đồng tư tưởng và gặp nhau thường hơn nhưng hai người vẫn đối xử với nhau trong tư cách trong sạch, không hề có một ý nghĩ, lời nói hay đụng chạm thân xác.

- Chờ chị lâu chưa?

Tiếng Hiền sau lưng. Trung quay lại thấy nàng đang đi đến tay cầm một giỏ xách.

- Em lại hơi sớm ngồi đây xem thiên hạ lạnh cóng nhưng rốt cuộc mình lạnh lây.

- Không sao, chị có đem cái này làm em ấm.

Hiền mở giỏ lấy ra một ấm tích cà phê đưa sang. Trung đưa tay đỡ lấy chép miệng.

- Cà phê làm ấm bụng nhưng chưa ấm lòng.

Hiền kéo áo ngồi xuống sát bên hỏi.

- Vậy ấm lòng chưa?

Trung quàng tay qua lưng Hiền kéo sát vào mình thu gọn trong vòng tay. Một mùi thơm dịu nước hoa bao chùm hai người.

- Hôm nay chị xức nước hoa gì thơm ghê. Thật quyến rũ!

Hiền ngập ngừng nói.

- Chị tìm thấy trong đáy ngăn tủ quần áo lọ dầu thơm anh Hùng tặng chị đã lâu, không hiểu sao chị (bật cười) đi vượt biển lại đem theo, sang đây vẫn giữ nhưng có bao giờ dùng ... cho đến hôm nay. Nếu em thích thì chị sẽ xức thường.

Trung khẽ nói vào tai Hiền, em thích mùi này, cám ơn chị, xong hai người ngồi nhấp cà phê nóng trong im lặng nhìn xa xa ra ngoài biển cả mênh mông.

Một đỗi sau.

- Ừ! Chị sẽ xức mỗi khi gặp em.

Câu nói của Hiền tràn đầy vui sướng.

Vòng tay Trung sau lưng Hiền siết lại kèm với câu, em thích thế!

Một lúc sau.

- Chị Hiền, Trung khẽ gọi.

- Gì em?

- Nếu mình dương buồm đi mãi theo hướng đó, Trung chỉ tay ra biển hơi chếch về hướng Tây Nam, thì mình sẽ về nhà.

- Đúng, mình sẽ về nhà.

- Về đến nhà còn gì hả chị?

- Hoang tàn và kỷ niệm.

Im lặng trở lại. Ý nghĩ dương buồm hồi hương đem hai người đi trở về quá khứ xa xăm. Buồn lẫn vui. Trung thấy lại một căn nhà sơn vôi vàng lạt trong một chung cư đông đúc, căn nhà tầng trệt có một cái sân con phía trước với vài chiếc bàn con và ghế thấp lè tè, những phin lọc cà phê chậm chạp nhỏ từng giọt xuống đáy ly, những đầu thuốc lá lóe đỏ lên trong ánh đèn lu mờ khi mặt trời đã lặn, khuôn mặt e thẹn của người chị mỗi khi nói chuyện với các chàng sinh viên trẻ tuổi. Rồi Trung thấy lại cái nhìn đầy lo âu của mẹ ngày cha phải đi trình diện chính quyền mới, những giọt nước mắt trên chảy dài trên mặt người một đêm không trăng sao hai con ra đi, cái nhìn từ mắt cha như cố thu nhớ hình ảnh hai con một lần cuối.

"Giờ đây hai thân đã chết, mình ba chục vẫn chưa có gì," Trung thở dài.

- Còn ở đây mình có gì, chị?

- Có nhau.

- Được bao lâu?

Im lặng.

- Buồn ghê nhỉ?

- Rồi tất cả cũng chỉ thành kỷ niệm.

- Buồn!

- Ừ.

Gió biển vẫn lạnh dù mặt trời đã lên cao.

- Mình đi thôi chị, Trung lên tiếng.

. . .

Tiếng xe người đưa thư nhỏ dần. Trung ra đến cửa chỉ kịp thấy chiếc xe đưa thư đi ra đến cuối con đường đất rồi mất hút. Lấy xấp thơ trong thùng ra, Trung cầm đem vào nhà quăng lên trên bàn bếp. Mấy hôm nay Trung chờ một lá thơ của chị gởi lên chớ không thì không thiết để ý đến chuyện thơ từ vì thơ nhận được mỗi ngày chỉ toàn là thơ rác. Một phong bì với nét chữ viết tay quen thuộc. Trung ngồi xuống ghế bành xé phong bì.

Thơ Tâm gởi.

Trung em,

Chị dạo này bận nên ít rảnh rỗi gọi em hỏi thăm. Cuộc sống trên đó vẫn bình thường chứ? Dưới này thì vẫn vậy. Chị Liên nhờ chị chuyển cho em một tấm hình chụp hôm đám cưới Duyên, theo lời yêu cầu của Duyên. Chị ấy có nhiều hình đám cưới nhưng nghĩ em không muốn xem nên không kèm theo. Khi nào xong việc trên ấy thì về đây lại đi, chị nhớ em lắm. Chút xíu quên nói em một chuyện nữa là hôm kia đi phố chị tình cờ gặp lại cô người mẫu gì đó mà hôm nọ lại nhà em tìm em, cô ta lại hỏi về em, chị nghĩ vô hại nên cho cô ta biết chỗ em làm, hy vọng không phiền em.

Chị Tâm,

Hình Duyên mặc áo cưới trắng ngồi một mình trên bậc thang cấp sau nhà nàng trong thế ngồi giống hệt thế đã ngồi sau vườn nhà Trung dạo nào để vẽ. Cũng khuôn mặt đó, cũng cái nhìn đó như muốn nói gì. Trung lật tấm hình đọc hàng chữ viết sau lưng *"Còn ít kỷ niệm cho anh. Duyên."*

"Cũng chỉ là kỷ niệm," Trung nghĩ xong đi lại lò sưởi ném tấm hình vào ngọn lửa gần tàn. Ngọn lửa liếm tấm hình làm góc quăn lên rồi bắt cháy. Chỉ trong một chốc, kỷ niệm về Duyên chỉ còn là một miếng than đen hình chữ nhật nằm trên khúc củi đỏ. Trung cầm cọ lên và bắt đầu vẽ những nét cuối cùng cho bức tranh Mai.

"Chắc em rồi cũng chỉ là kỷ niệm," Trung nói thầm với người trong tranh, chăm chú cố làm cho xong.

Hôm trước Morieli điện thoại lại hối Trung hoàn tất bức tranh vì chỉ hai tuần tới hãng sẽ tổ chức lễ lớn. Năm nay, hắn tổ chức một tuần lễ gọi là Tuần Lễ Đón Xuân không ngoài mục đích quảng cáo cho hãng. Cả mấy tuần trước hãng đã cho quảng cáo rộng rãi trên báo chí để lôi cuốn du khách đến thăm. Morieli còn gởi thiệp mời đại diện các nhà hàng và khách sạn cũng như những người có tên tuổi trong tỉnh đến. Càng nhiều du khách sẽ càng đem lại nhiều tiếng vang cho hãng, sẽ bán được nhiều hơn.

. . .

Đường đi vào hãng rượu Morieli được dọn dẹp sạch sẽ. Lá vàng rụng đầy khắp nơi chỉ mới hôm qua nay đã được quét đi. Người ta treo trên hai hàng cây trồng dọc theo lối vào những lá cờ hiệu của hãng, những lá cờ màu xanh lá cây và vàng có hình chùm nho đỏ và một chai rượu ở chính giữa. Trên cổng vào là một băng-rôn thật lớn đề hàng chữ *Tuần Lễ Đón Xuân*. Phòng tiếp tân cũng được trang hoàng lại cho thật khang trang, chính Morieli đứng ra trông coi việc trang hoàng, hắn cho treo hai bức tranh lớn Trung vẽ trên hai bức tường đối diện nhau. Morieli rất thích hai bức tranh này. Hắn còn thích hai bức chính hơn, cứ gạ Trung bán cho hắn để treo tại tư gia nhưng Trung luôn từ khước dù hắn trả giá cao.

Trung đến tham dự ngày khai trương buổi lễ vào ban trưa. Morieli chạy lăng xăng tiếp khách, hết giới thiệu người này đến tiếp chuyện người kia, điệu bộ rất đãi bôi, tay sẵn sàng rút danh thiếp trong túi ra đưa khách. Nhân viên phụ trách việc rót rượu luôn mồm giải thích là hãng làm rượu ngon nhất vùng vì trồng nho riêng tốt, dùng kỹ thuật lên men tinh vi với máy móc mới, lên men lâu mới vô chai.

Đi lẫn trong đám đông quan sát thiên hạ, Trung đến

dự bất đắc dĩ vì chủ hãng yêu cầu chứ trong bụng chẳng thích tí nào, tuần trước đã dự định chương trình đi chơi với Hiền. Hai người tính đi mua gỗ và dụng cụ về xây lại chuồng gà sau vườn sau đó đi mua rau về trồng. Năm nay Hiền còn tính trồng thêm nhiều bụi hoa hồng sát hàng rào cho leo. Làm suốt cả ngày mới xong. Khi bị Morieli điện thoại lại đòi có mặt ngày lễ, Trung phải bảo Hiền hoãn lại chương trình cho tuần sau.

Đi lòng vòng mắt quan sát thiên hạ, Trung thấy nhiều người thích hai bức tranh mình vẽ ra mặt, họ đứng chiêm ngưỡng rồi bàn tán với nhau. Có người hỏi Morieli về hai bức tranh khiến hắn phải kêu người họa sĩ tác giả của mấy bức tranh lại giới thiệu. Thế là Trung phải đóng bộ mặt vui vẻ lí nhí cám ơn trước những lời khen của khách hàng. Được một lúc, đám đông ồn ào làm Trung bắt đầu thấy mệt, lấy một ly rượu xong lỉnh ra ngoài vườn ngồi hút thuốc trên chiếc ghế đá cạnh bức tường vẽ mấy tháng trước. Ngồi đó nhưng đầu óc Trung chỉ nghĩ về lời đề nghị của Hiền hôm nọ sau khi hai người đi biển chơi về.

Về đến nhà, trước khi xuống xe, Hiền ngỏ ý mời Trung về trang trại ở chung.

- Về ở với chị đi Trung.

Trung không trả lời.

- Sao em lưỡng lự?

- Em không muốn làm đảo lộn trật tự của chị.

- Chị không hiểu.

- Chị đã ở vậy gần chục năm qua, chị đã tạo nên cho chị một thế giới riêng, một nếp sống quen thuộc như vậy.

- Em cho là ở riêng là em không đảo lộn trật tự của chị à? Em đã đảo lộn trật tự của chị rồi từ ngày em ngã trước hàng rào nhà chị.

- Em xin lỗi.

- Đừng xin lỗi, em không làm gì sai cả. Ngược lại, em đã làm chị thấy lại được niềm vui mà chị tưởng đã mất từ lâu.

- Em mừng cho chị.

- Chị cần em.

- Em cũng cần chị.

- Vậy chờ gì?

- Em không biết là mình chờ gì, chỉ không biết.

Hiền im lặng nhìn thẳng phía trước, một lúc sau quay sang nhìn Trung với ánh mắt hy vọng, cho chị biết sau khi em quyết định, rồi gỡ chiếc khăn quàng cổ xuống cầm trên tay, mở cửa xe bước ra.

Trung lái đi trong đầu nhiều suy nghĩ về quyết định sẽ hỏi cưới Hiền khi xuân sang.

Hơn ba giờ chiều, một số người bắt đầu ra về. Phòng tiếp tân đã thưa người. Trung đứng lên định đi vào trong lấy thêm một ly nữa nhưng khựng lại khi thấy một người con gái đang đi vào phòng tiếp tân. Cô ta ngừng chân, cầm một tờ quảng cáo của hãng lên đọc. Đọc xong, cô ngửng đầu lên nhìn xung quanh ra vẻ sửng sốt khi thấy những bức tranh trên tường, bước lại gần hơn để nhìn cho rõ. Trung thấy người con gái đưa tay lên che miệng như để khỏi buột ra tiếng kêu. Đúng lúc đó thì Morieli tiến lại. Cô ta chào hắn xong chỉ vào bức tranh nói điều gì. Hai người trao đổi với nhau vài câu. Morieli nhìn xáo xác xung quanh, chỉ tay ra ngoài vườn ngay chỗ Trung đang đứng. Người con gái quay lại nhìn theo hướng tay chỉ của Morieli.

- Mai, Trung kêu lên nho nhỏ xong vội đứng lánh sau một bức tường, trong đầu phân vân không biết có nên ra gặp không.

Morieli nhún vai như nói *"I don't know"*. Mai gật đầu cám ơn rồi đi ra. Trung đi men theo bức tường theo sau cho đến khi nàng ra đến bãi đậu xe mà đầu óc lúc này rối vò vì nửa muốn kêu nửa không.

"Chuyện đã qua rồi thì để quên luôn, chạy theo làm gì?" Trung nghĩ vậy, "nhưng nếu Mai còn yêu mình thì nỡ nào," một ý nghĩ khác trong đầu. Không hiểu sao, Trung lên tiếng gọi khi Mai vừa mở cửa xe. Người con gái quay lại, mặt tươi lên.

- Anh Trung.

Mai vội chạy lại.

- Trời, gặp anh em mừng quá, tưởng không bao giờ thấy lại.

Trung xúc động không ít, ôm Mai vào lòng. Mùi thơm từ người Mai làm những kỷ niệm xưa trở lại nhanh chóng.

- Mai tìm anh làm gì.

- Em có chuyện nên cần gặp anh. Mình đi chỗ khác nói chuyện được không?

Trung bảo về nhà nói chuyện.

. . .

Mai cởi áo khoác vắt lên ghế. Trung đứng nhìn chờ một lời giải thích. Mai tiến lại gần Trung nhìn đắm đuối.

- Anh nhớ em?

- Nhiều, nhưng tưởng chuyện mình đã qua.

- Em thấy tranh anh vẽ em treo trong hãng.

- Nhiều người thích lắm.

- Tại sao anh lại cho treo tranh em?

- Anh muốn mọi người thấy em đẹp ... còn chuyện em và chồng ra sao?

- Chúng em đã trở lại với nhau.

- Vậy em gặp anh làm gì?

- Em và James sắp đi xa. Anh ấy đã bán cửa tiệm, tuần tới chúng em sẽ dọn về New York ở gần cha mẹ anh. Ông bà sẽ cho tụi em tiền mở tiệm bên đó. James rất là vui, em không nỡ làm chồng em buồn.

- Vì vậy em muốn đi xa? Dù sao anh vẫn mừng cho hai người.

- Em đi xa nhưng không quên được chuyện chúng mình, Mai nói như khóc, từ ngày mình xa nhau, anh có bao giờ nghĩ đến chúng mình khi xưa?

- Lúc nào anh cũng nghĩ đến em nhưng chuyện chúng mình ta nên quên, nhất là em. Anh cũng không ở đây lâu, làm xong rồi đi. Không biết đi đâu, giòng đời đưa mình đi đâu thì theo đó.

- Em lúc nào cũng xem chuyện mình là một kỷ

niệm đẹp, chỉ anh và em biết đến. Em tìm anh hôm nay để gặp anh lần cuối. Chắc mình sẽ không bao giờ thấy nhau nữa.

Mai nhìn Trung đắm đuối, giọng nàng nghẹn ngào.

- Hôn em đi anh, hôn em lần cuối.

Trung siết Mai chặt hơn, cúi xuống hôn lên môi nàng. Hai người đứng ôm nhau trong im lặng như để trao cho nhau hơi hướm một lần cuối, biết là nó rồi cũng dần phai đi theo thời gian như những ký ức của một thời mặn nồng.

. . .

Chấm điểm xong bài làm cuối cùng, Hiền đứng lên vươn vai rồi khoác chiếc áo len lên người đi ra ngoài vườn, đi lại bờ ao ngồi xuống chiếc ghế gỗ cũ kỹ nhìn mặt nước phẳng lặng. Đầu óc Hiền cũng phẳng lặng như vậy. Nàng tần ngần một lát rồi nhặt một viên sỏi ném xuống ao, mặt nước dậy sóng, những vòng tròn nhỏ loang dần thành những vòng lớn. Những chiếc lá vàng trên mặt nước lay động theo những vòng tròn đó. Hiền đứng lên đi lại đứng dựa vào thân cây, suy tư, nhớ lại một buổi trưa gió lạnh đã đứng đây kể truyện đời mình cho Trung nghe, đã để những đau khổ dồn nén trong tâm khảm bao năm qua tuôn ra hết. Những ta thán u uẩn đó đã tạo thành một nhịp cầu đưa hai người lại với nhau, đi vào đời nhau.

Hiền bất chợt nhớ Trung vô cùng. Nàng cam chắc với lòng mình là Trung thật sự yêu mình nhưng vì vẫn còn kính trọng sự đau khổ của mình nên ngại không muốn về ở chung, ít ra là chưa phải lúc này. Ngày nào hình ảnh Hùng và bé Nhi còn ngự trị trong lòng mình thì ngày đó Trung chỉ là phụ thuộc, và Trung không thể đóng vai hờ. Gần mười năm trời sống trong cô đơn và níu kéo những hình ảnh xa xưa vui có buồn có, Hiền như sống trong một vở kịch đời thật mà các vai đã được chia ra, đã được tập đi tập lại thuần thục, những màn vui màn buồn đã được dợt qua nhiều lần đến độ như được khắc sâu trong tâm khảm nàng. Yêu Trung và sống với Trung sẽ làm đảo lộn những gì mà Hiền đã chấp nhận là cuộc đời còn lại của mình.

"Nhưng mình đã yêu Trung," Hiền thầm nghĩ, "và cần Trung" rồi nhớ lại những giây phút ngậm ngùi khi lấy tấm hình Hùng từ trên kệ gỗ xuống, hôn lên mặt người trong ảnh rồi nói nhỏ cứ như là người chồng quá cố đang đứng trước mặt mình, "Anh Hùng, em xin lỗi anh. Xin anh cho em sống nốt cuộc đời mình trong hạnh phúc, em sẽ luôn nhớ anh và con" xong Hiền cẩn thận gói khung hình trong một tờ giấy báo rồi cất vào tủ quần áo trong phòng ngủ trên cùng ngăn mà nàng còn giữ bộ đồ trận của chồng được xếp ngay ngắn.

Lúc này Hiền tự nhiên thấy cần Trung vô cùng, muốn nằm trong vòng tay khỏe mạnh ấy rồi ngủ thiếp đi như đêm hôm nào đã đem lại cho nàng một cảm giác hạnh phúc và được che chở. Hiền vào nhà khoác chiếc áo lạnh, đeo găng tay đi ra. Có gì thôi thúc mạnh mẽ trong lòng làm Hiền hấp tấp đi vội ra xe, chân vẫn mang đôi dép quên xỏ giầy.

Đến nơi, Hiền đậu xe ngoài đường rồi lững thững đi bộ vào cuối con lộ.

"Mình yêu Trung và cần Trung, ngay bây giờ", Hiền nghĩ đi nghĩ lại.

Đến gần nhà, Hiền thấy có một chiếc xe lạ đậu trước cửa, đoán có lẽ đó là xe chị của Trung rồi tự nhiên cảm thấy ái ngại. Chưa gặp Tâm bao giờ mà chỉ biết qua lời tả của Trung thì người chị nhỏ tuổi hơn mình. Hiền không biết Trung đã nói gì cho chị về mình chưa, không biết phản ứng của Tâm sẽ ra sao khi biết là em mình theo một góa phụ già hơn mình đến mười tuổi. Hiền chặc lưỡi, đã đến nước này thì phải chịu nhưng nghĩ sao trở ra xe ngồi trầm ngâm vài phút rồi xuống xe rón rén đi lại cửa sổ nhìn vào trong để liệu xem mặt mũi Tâm ra sao trước đã để còn lo liệu lời ăn tiếng nói.

Hiền giật mình khi thấy Trung và một thiếu nữ đứng ôm nhau trước lò sưởi. Hai người đang hôn lên môi nhau đắm đuối, vòng tay Trung ôm chặt người con gái như không muốn thả. Khi nụ hôn đi xuống cổ, người thiếu nữ trong đê mê ngã đầu về phía sau hơi nghiêng về cửa sổ. Hiền thấy người thiếu nữ có mái tóc hung này sao giống người đẹp trong tranh ngồi bên cửa sổ trong thế hớ hênh. Hiền thấy đau nhói trong tim như có bàn tay nào bóp mạnh, mặt tái đi như bị ai tạt nước lạnh. Một cảm giác bẽ bàng lẫn đớn đau đến độ chóng mặt, Hiền quay lưng bước vội như chạy về đầu con lộ, đánh rớt chiếc găng tay xuống đất trong cơn hấp tấp. Vào trong xe, Hiền nghẹn ngào mở máy xe phóng đi như bay.

Trên đường về nhà, Hiền nhớ lại thái độ lưỡng lự của Trung khi được mời về ở chung, rồi những gì Trung nói về người con gái ấy buổi chiều Hiền ghé thăm *"nhưng chuyện xưa rồi, qua lâu rồi, không còn gặp nữa"*, *"người ta có chồng rồi"*. Như thế Trung đã một thời tằng tịu với cô ta rồi đổ vỡ nhưng hình ảnh người xưa còn ngự trị trong tim và mối tình ấy hun đúc không chết được suốt thời gian qua. Mối tình tưởng chết đó nay hồi sinh với sự trở lại của người tình cũ. Nếu người con gái đó sẵn sàng bỏ chồng để trở lại với Trung thì mối tình ấy phải rất là mạnh mẽ, không gì chống lại được, ngay cả tình cảm mà Trung đã nói là cho mình, ngay cả những hứa hẹn cho một tương lai hạnh phúc.

Bây giờ mới vỡ lẽ. Hóa ra tất cả chỉ là giả tạo. Mình đến tuổi này, đã từng trải mà còn ngây thơ.

. . .

Mai nhẹ nhàng gỡ tay Trung xuống, mỉm cười nhìn trong khi hai hàng nước mắt chảy dài trên má.

- Em phải đi!

- Anh sẽ nhớ em nhiều. Chúc em may mắn.

- Em luôn nhớ anh.

Mai cầm áo lên, bước thẳng ra cửa. Trung đi theo sau. Ra ngoài, Mai quay lại nhìn Trung lần cuối rồi lên xe lái đi. Trung thẫn thờ bước trên con lộ đất ra tận ngoài đầu đường nhìn theo bóng xe Mai giờ chỉ là làn khói xám mờ còn đọng lại đằng cuối đường.

"Chuyện chúng mình rồi cũng thành kỷ niệm," Trung như gởi câu nói cuối này cho Mai theo ngọn gió.

Ánh nắng chiều đang chiếu lên những bụi hồng trồng dọc theo con đường đất. Trung ngồi xuống gốc cây cưa cụt, châm một điếu thuốc. Nhìn những đóa hoa rung nhẹ trong cơn gió chiều, Trung thấy lại những kỷ niệm dạo nào trong một căn vườn nhỏ lát gạch đỏ cũng với nhiều bụi hoa hồng, thấy lại cặp mắt khi khép hờ khi nhìn thôi thúc, đôi môi dày hé mở như đợi chờ, da thịt thơm tho mời mọc, những bước chân khi như đi đến khi như bỏ đi. Vị hôn còn đọng trên môi.

"Kỷ niệm khó quên," Trung lầm bầm trong miệng, búng mẩu thuốc đi xa. Tàn lửa đỏ làm một vòng cung trên không rồi rớt xuống một vũng nước bùn tắt ngúm. Trung chép miệng lắc đầu, tay thọc túi quần so vai quay bước. Khoảng trống vắng trong lòng như trải rộng ra sau lời giã biệt. Trong sự trống vắng đó trước kia là hình ảnh Mai, bây giờ thì Mai đã thật sự ra đi và đem theo tất cả những gì của nàng mà một thời đã chia xẻ với Trung. Nhưng Hiền đã đi vào trám chỗ trống ấy và sẽ ở lại cho suốt cuộc đời.

Trung bước những bước nhẹ hỗng trên con đường đất như đi trên chân không, trong lòng tràn đầy nỗi vui sướng mường tượng một cuộc sống tương lai hạnh phúc với người mình yêu thật sự. Trong ánh nắng chiều xuyên qua những tàng cây trên cao, Trung thấy như có một vật gì bằng vải đen trên mặt đất, cúi xuống nhặt lên. Nhìn kỹ vật đó, Trung giật mình khi nhận ra chiếc găng tay của Hiền, nhặt đưa lên mũi ngửi, mùi nước hoa quen thuộc còn phảng phất cũng như hơi ấm da thịt trên mặt vải.

"Thôi chết rồi, Hiền đã đến và thấy mình với Mai," Trung hoảng hốt nghĩ rồi vội chạy vào nhà điện thoại cho Hiền. Chuông điện thoại bên kia kêu mãi nhưng không ai bắc lên. Trung ngồi phệt xuống ghế bưng đầu suy nghĩ nhưng đầu óc lúc này như trang giấy trắng. Ngần ngại một lúc, Trung chụp chùm chìa khóa xe với dáng điệu quả quyết, chạy ra xe phóng đi.

"Hiền hiểu lầm mình, mà cũng lỗi tại mình," Trung tự trách, "tại sao mình phải mời Mai về nhà sau đó lại hôn. Giữa mình và Mai đã hết, chỉ cần một lời chào, một cái bắt tay cũng đủ".

Trung vừa lái xe vừa nặn óc cố tìm một lời giải thích thoả đáng. Nếu Hiền thật sự thấy mình hôn Mai thì thật khó mà giải thích, tình ngay lý gian. Không có lời giải thích nào có thể nghe xuôi tai được. Chẳng phải mới mấy hôm trước mình đã từ khước lời mời của Hiền về ở chung? Phải có lý do chứ!

Trung vừa thấy nôn nao vừa thấy buồn bực trong lòng. Đến lúc này Trung mới thấy rõ là đã yêu Hiền vô cùng, không phải một tình yêu cuồng nhiệt đến vội vã như với Duyên và Mai mà là một tình yêu sâu đậm. Trung biết Hiền sẽ rất đau lòng vì bây giờ đã thấu hiểu tình cảm người góa phụ cô đơn dành cho mình. Tấm hình Hùng không còn trên kệ sách bên trên lò sưởi nữa. Hôm nọ ghé lại, Trung nhận thấy điều đó nhưng không tiện hỏi, chỉ cho là Hiền đã đi đến quyết định và tôn trọng quyết định khó khăn đó trong im lặng.

Con đường lại nhà Hiền mọi khi thấy ngắn không hiểu tại sao bây giờ lại dài lê thê. Những bóng cây đổ dài xuống đường lại làm nó trông như dài hơn nữa.

~§~

Cuối

Đến nhà Hiền, Trung thấy cổng trại mở rộng chứ không đóng như thường lệ, cánh cổng gỗ cũ kỹ đu đưa kẽo kẹt trong ngọn gió lạnh buốt. Chiếc Toyota đậu trong vườn ngay trước cửa nhà, cửa xe bên trái còn mở. Xuống xe nhưng Trung đứng đó ngập ngừng, đến giây phút này vẫn chưa biết làm sao có được một giải thích nghe sao cho thỏa đáng. Cái hôn cho Mai quá nồng nàn, sự ngộ nhận của Hiền hẳn phải lớn lao.

Nhìn cánh cửa nhà mở toang cũng như cánh cổng gỗ, Trung chậm bước lại trên lối đi. Có lẽ Hiền để cửa mở như để gọi mình vào hỏi. Mặc cảm tội lỗi như hai tảng đá to buộc vào hai bàn chân. Đến trước ngưỡng cửa nhà, Trung chùn bước, trong đầu mường tượng ra khuôn mặt lạnh lùng của Hiền hoặc giả khuôn mặt gượng gạo đóng kịch như không biết gì xảy ra. Sau cùng Trung lấy can đảm gõ nhè nhẹ lên khung cửa. Không tiếng trả lời. Trung bước vào trong nhà. Căn phòng khách lạnh lẽo và vắng lặng như tờ không một bóng người.

- Chị Hiền.

Không tiếng đáp. Căn bếp bên cạnh cũng vắng tanh. Đến trước cửa phòng ngủ Trung chùn bước, trong đầu là hình ảnh Hiền đang ngồi trên giường chôn mặt trong hai bàn tay, hai vai rung lên.

"Hiền sẽ nhìn mình với cái nhìn lạnh lùng hay đớn đau, sẽ chỉ khóc trong im lặng hay nói những lời trách móc?"

Trung biết với bản tính dịu dàng, Hiền sẽ không la hét mắng mỏ, sẽ không lớn tiếng mắng với lời lẽ nặng nhưng cái nhìn đau khổ chịu đựng không trách móc và những giọt nước mắt lăn dài trên má sẽ như những ngọn roi quất lên lưng lên mặt kẻ phạm tội.

Thu hết can đảm, Trung nhẹ đẩy cửa bước nhẹ vào. Trong phòng không một ai. Mặt *drap* giường phẳng phiu không một nếp nhăn.

Trở ra phòng khách, Trung để ý thấy cái ví phụ nữ nằm dưới đất cạnh chiếc ghế dài, ví mở tung, vài thứ từ trong rớt ra nằm vương vãi. Một tờ giấy trên chiếc bàn con kê gần cửa sổ tung bay lên trong ngọn gió lùa vào trong nhà đáp xuống gần chân. Trung cầm lên, trên mặt giấy nhăn nhúm có mấy hàng chữ viết nguệch ngoạc của Hiền, vài chữ bị nhòe.

"Chào em, chị cần đi xa. Bây giờ chị mới biết hạnh phúc thật sự cho chị chỉ có thể tìm thấy được trong thế giới của riêng chị và chị sẽ đi về nơi đó. Anh Hùng và bé Nhi đang chờ. Chúc em hạnh phúc."

Người Trung toát mồ hôi, bàn tay run run, những ngón tay lỏng đi, tờ giấy rớt xuống đất. Trung nhìn quanh quất, nhà vẫn lặng như tờ. Cái lặng rợn người, chỉ có tiếng thở dồn dập của Trung lẫn với tiếng đồng hồ tíc tắc trên tường.

Trung gào lên, "Chị Hiền, không phải như vậy đâu" rồi tung cửa chạy ra vườn.

Gió chiều thổi tốc lên, những cụm lá vàng tung bay trong cơn gió. Vài chiếc lá bay xuống quất lên khuôn mặt hớt hải. Ngoài sân vắng tanh không một bóng một người, chỉ có lũ gà đàn vịt đang chạy dành ăn trên mảnh vườn mà Trung cuốc lên chỉ mới hôm nọ để chuẩn bị trồng lớp rau mới. Như có linh cảm không may, Trung chạy lại hồ ao. Một chiếc dép nằm cô quạnh cạnh bụi cây bờ ao, cái khăn quàng cổ quen thuộc của Hiền vướng trên một cành cây bay nhẹ trong gió. Mặt nước ao vẫn phẳng lặng, chỉ một hai gợn sóng nhỏ lăn tăn. Trên mặt nước một chiếc dép trôi dật dờ. Khuôn mặt người góa phụ bạc mệnh lờ mờ dưới mặt nước. Trung gục xuống bờ ao bưng mặt rên rỉ khóc, "Chị Hiền".

Mùi nước hoa quen thuộc còn thoang thoảng đâu đây.

* HẾT *

Mùa Thu 2001

Cùng tác giả

Đã xuất bản trên Amazon.com

Bạn tình
Dấu vết của cha
Tập truyện Sài Gòn
Giá phải trả
Tập truyện Những tình phớt
Người đàn bà ở một mình trên đồi vắng
Tập truyện kinh dị
Con đường dốc
Tập truyện Đây là lần cuối cùng

Printed in Great Britain
by Amazon